இதயத் துடிப்பின் பேச்சு

செ.சித்தார்த்தன்

Publisher
Karthikeyan Pugalendi
Managing Editor
P. Karthikeyan
Layout
M creative

No part of this book may be reproduced or transmitted in any form without permission in writing from the author or publisher

நீங்கள் Smart Phone உபயோகிப்பவராக இருந்தால் QR Code Reader Application மூலம் இதை Scan செய்தால் நேரடியாக எமது இணையதளத்திற்கு சென்று மேலும் எங்கள் வெளியீடுகள் பற்றிய விவரங்களைப் பெறலாம்.

ISBN : 978-93-87369-zz-z

Title: Ithaya Thudippin Paechu
Author: S.Chitharthan

Address:
Vanavil Puthakalayam
10/2(8/2) Police Quarters Road(First Floor),
(Between Thiyagaraya Nagar Bus Stop & Police Station)
Thiyagaraya Nagar, Chennai - 17
Phone: 2986 0070, 2434 2771
Cell: **72**000 **5**00**73**

Vanavil Puthakalayam
6 th sense_karthi
e-mail : vanavilputhakalayam@gmail.com
Website: www.sixthsensepublications.com

Edition:
First : **December, 2019**

Pages: 128

Price : 110

தலைப்பு:
இதயத் துடிப்பின் பேச்சு
நூலாசிரியர் : செ. சித்தார்த்தன்
பக்கங்கள் : 128
விலை: 110
முதற்பதிப்பு :
வானவில் புத்தகாலயம்
10/2 (8/2) போலீஸ் குவார்ட்டர்ஸ் சாலை
(தியாகராயநகர் பேருந்து நிலையத்திற்கும் காவல் நிலையத்திற்கும் இடைப்பட்ட சாலை)
தியாகராயநகர், சென்னை – 600 017
தொலைபேசி : 2986 0070, 2434 2771
கைபேசி: **72**000 **5**00**73**
மின்னஞ்சல்: vanavilputhakalayam@gmail.com

இந்தப் புத்தகத்திலுள்ள எந்த ஒரு பகுதியையும் பதிப்பாளர் மற்றும் எழுத்தாளர் அனுமதியை எழுத்து மூலம் பெறாமல் பதிப்பிக்கக் கூடாது.

முன்னுரை

இந்த கதைகளைப் பொறுத்தவரை ஏதோ மனிதவர்க்கத்திற்கு செறிவூட்ட வேண்டி மேற்கொண்ட அறிவார்ந்ததொரு முயற்சியன்று. சகமனிதர்கள் செய்கையினாலோ, சைகையினாலோ நங்கூரம் வீச, விளைந்த அதிர்வலைகளை, சலனத்தை பகிர்ந்து கொள்ளும் ஒரு முயற்சி. இதயத்துடிப்பின் பேச்சு! அவ்வளவே!

மேலும் இப்படைப்புகளை, மனிதமனத்தின் நிலைப்பாட்டை - நம்பிக்கை, அவநம்பிக்கை, இப்படிப்பட்ட எதுவுமில்லாதது - அதனையொட்டி நிகழும் அகவெளியின் கொந்தளிப்பிற்கும், புறவெளியின் ஈடுகொடுப்பிற்கும் இடையே ஊசலாடும் மெல்லிய வெளியை கூடுமானவரை அச்சரம் பிசகாமல் பதிவு செய்ய முயன்றதன் விளைவாகவும் கொள்ளலாம்.

இந்த கதைகளின் ஊடான சம்பவங்களை நோக்க, கடந்து வந்தவர்களுக்கு அணுக்கமாகவும், அப்படியல்லாதவர்களுக்கு விலக்கமாகவும் தோன்றலாம். அதற்காக வேண்டி அதன் சாதகபாதகங்களை கணக்கிட்டு ஏற்படுத்திக்கொண்ட முயற்சியுமல்ல இது. அப்படித் தோன்றும் பட்சத்தில் 'அது' எழுத்தின் திறமையாகவோ, பெருங்குறையாகவோ தோற்றமேற்படலாம். அதனாலொன்றும் பாதகமில்லை!

பெற்றோருக்கும், வழிநடத்தும் ஆசான்களாகிய பெருமக்களுக்கும், கதைக்களம் மற்றும் கதை மாந்தர்களுக்கும் இந்நூல் சமர்ப்பணம்.

எனது எழுத்தினைப் பக்குவப்படுத்தியதில் ஒரு ஆசிரியரின் அக்கறையும், அதை விமர்சிக்கும் வேளையில் ஒரு வாசகனின் கரிசனமும் கொண்டு, இந்த எழுத்துப் பயணத்தில் எனக்கு எரிபொருளாக விளங்குவதோடு, இப்படைப்புக்கு நல்லதொரு அறிமுக உரையாக அணிந் துரையும் வழங்கி சிறப்பித்த ஆருயிர் நண்பர் திரு அ.சக்திகுமார் அவர்களுக்கும்,

என் மீது தீராத அன்பும், என் எழுத்தின்பால் அதீத நம்பிக் கையும் கொண்டு எனக்கு ஊக்கமும் ஆதரவும் அளித்து வரும் அன்பு நண்பர் திரு வினோத் சுப்பராயலு அவர்களுக்கும்,

இந்நூலானது நேர்த்தியோடும், பிழையின்றியும் வெளியாக வேண்டுமென்பதில் மிகுந்த அக்கறை கொண்டு, ஈடுபாட்டுடன் அதனை ஈடேற்றிய நண்பர் திரு உ.ஹரிஹரன் அவர்களுக்கும்,

மிகுந்த சிரத்தையோடு ஈடுபட்டதனாலேயே, இச்சிறுகதை புத்தகம் தன்னகத்தே கொண்டிருப்பதை, முகமாகிய அட்டையில் அப்படியே கொண்டு வந்து இருத்திய திரு ராஜரத்தினம் அவர்களுக்கும்,

இந்த கதைகளுக்கு சிறந்ததொரு வாசகராக இருந்ததோடு, இந்த சிறுகதை தொகுப்பினை மிகுந்த அக்கறையோடு சிறந்த முறையில் புத்தகமாக்கிய வானவில் பதிப்பக உரிமையாளர் நண்பர் திரு.கார்த்திகேயன் புகழேந்தி அவர்களுக்கும்,

இதுகாறும் ஆதரவளித்து வரும் எனது மனைவி மற்றும் மகளுக்கும்,

நன்றியை உரித்தாக்குகிறேன்!

செ.சித்தார்த்தன்
chitharthan@gmail.com
சென்னை
4.12.2019

ஸ்ரீ குருவே நம:

அணிந்துரை

'இதயத் துடிப்புகளின் பேச்சுக்கள்!'
இருதயத்தின் பேச்சுதான் கலை!
'இலக்கியம் என்பது மன அவசத்தின் எழுச்சியே!'
என்ற புதுமைப்பித்தன்

'கலை என்பது உள்ளத்தில் எழும் உணர்ச்சியின் பிரதிமை; அழகின் வடிவம். கவிஞனோ அல்லது சைத்திரிகனோ ஒரு பொருளைக் காண்கிறான்; உள்ளத்தின் நிகழ்ச்சியைக் காண்கிறான். அது அவன் உள்ளத்தை சலிப்பிக்கிறது. இருதயத்தை அலைக்கிறது. அந்த உள்ள நெகிழ்ச்சியை அதன் வேகம் குன்றாமல் வெளிப்படுத்துகிறான்...

கலை என்பது ஒன்றுதான். அதன் இயக்கங்கள் பல துறைகளில் பல வடிவங்களைப் பெறலாம். அதன் நாடி ஒன்று. அதன் இரகசியமும் ஒன்று. அது இதயத்துடிப்பின் பேச்சு. அழகுணர்ச்சியின் வடிவம். அழகு என்பது உலகத் தோற்றங்கள் மனித எண்ணங்களுடன் ஒன்று பட்ட ஒற்றுமை. இவ்வித அழகுக்கு அழகு செய்யும் இருதயத்தின் பேச்சுதான் கலை... இலக்கியம் கலைகளில் எல்லாம் உயர்ந்தது...' (மணிக்கொடி, 04.11.1934) என்கிறார்.

நூலாசிரியர்:

இந்நூலாசிரியர் செ.சித்தார்த்தன் திருவாரூர் மாவட்டம் 51, மணக்கரை 610206 கிராமத்தைச் சேர்ந்தவர். தற்போது சென்னையில் கணினி மென்பொறியியல் துறையில் பணியாற்றி வருகிறார்.

தமிழின்பால் தீராத காதலும் சமூக அவலங்களின்பால் தணியாத கோபமும் கொண்டவர்! அவர் வெவ்வேறு காலகட்டங்களில் https://chitharthans.wordpress.com என்ற வலைதளத்திலும், 'அகத்தியர் இலக்கிய மன்றம்' 'வாட்ஸ் அப்' குழுமத்திலும் எழுதிய கதைகள் 'ஒரு நாளின் வெற்றி', 'வாழ்க்கை நதியின் திணர்த்த வண்டல்கள்' (வானவில் பதிப்பகம்) எனும் தொகுப்புகளை அடுத்து 'இதயத்துடிப்பின் பேச்சு' என்ற தொகுப்பாக உங்கள் கரங்களில் தவழ்கிறது!

'புதுமைப்பித்தனின் பார்வையும்... ஜெயகாந்தனின் ஆழமும் வீச்சும்... சுஜாதாவின் நகைச்சுவை நடையும்... அகிலனின் சமூக அக்கறையும் ஒருங்கே மிளிர இவர்தம் கதைகள் ஒரு புதுவித வாசிப்பு அனுபவத்தை ஏற்படுத்து கின்றன என்பது வெறும் புகழ்ச்சியில்லை! உண்மை!' என்ற எமது புகழுரையை ஏற்காதவர்! ஆராயுமிடத்து புறவாழ்வில் ஏற்பட்ட அளவிற்கு மாற்றங்கள் அநேக மனிதர்களின் அகவாழ்வில் நிகழவில்லை என்பதை உணர முடிகிறது!

நினைவின் சாட்சிகள்!

அண்மையில் சாகித்ய அகாடமி விருது பெற்ற எழுத்தாளர் எஸ்.ராமகிருஷ்ணன் தமது 'வாசக பர்வம்' நூலில்

'கதைகள்தான் என் நினைவின் சாட்சிகள். ஏதேதோ ஊர்களை, வீதிகளை, நிலப்பரப்பை, பகலிரவை, மனிதர் களை ஞாபகப்படுத்திக் கொண்டேயிருக்கின்றன கதைகள். புதுமைப்பித்தன் காட்டிய சென்னையும், ஜி. நாகராஜன் காட்டிய மதுரையும், ஆ.மாதவன் அடையாளப்படுத்திய திருவனந்தபுரமும், கி.ராஜநாராயணன் பதிவு செய்த கரிசல் மண்ணும், ஜானகிராமனின் கதைகளில் ஓடிய காவேரியும் காண் உலகில் ஒரு போதும் கண்டறியமுடியாத விநோத உலகமாக அல்லவா இருக்கிறது. அதே இடங்களைத் தேடிச்சென்று பார்க்கும் போதெல்லாம் கதையில் வருவது போல இல்லையே என்ற ஏக்கம்தான் தோன்றுகிறது.

கதைகள் உலகைப் புரட்டிப் போடுகின்றன. காண் உலகில் நெருங்கிச் செல்ல முடியாத அண்மையை, தனித்து வத்தை, மனித நடமாட்டம் ஓய்ந்த பிறகு அவை கொள்ளும் தன்னியல்பைக் காட்டுகின்றன. ஒவ்வொரு ஊரும் தன்னை எழுதச் சொல்லி ஏதோவொரு எழுத்தாளனைப் பிடித்துக் கொள்கின்றது. அவன் அந்த ஊரின் புராதனத்தை, புதையுண்டு போன நினைவுகளை, வாழ்ந்து மடிந்தவர் களை, வாழ்ந்து கொண்டு அடையாளமில்லாமல் போனவர் களை, புதிதாகப் பிறக்கின்றவர்களை எழுதி எழுதி கை சோர்ந்து போகிறான். பிறகு ஊர் இன்னொரு எழுத் தாளனைத் தேர்வு செய்கிறது. இப்படித்தான் தொடர்கிறது இலக்கியப் பயணம் என்று தோன்றுகிறது.'

என்பார்! அவ்வாறு காலம் தேர்வுசெய்த மற்றுமொரு படைப்பாளி சித்தார்த்தன் என்றே அவரது கதைகளைப் படிக்கும்போது தோன்றுகிறது!

'இதயத் துடிப்புகளின் பேச்சுக்கள்':

இந்த தொகுப்பில் இடம் பெற்றுள்ள சிந்தனை வரிகள் சிலவற்றைப் பகிர்வது கதைகளைப் படிக்க ஆர்வம் கூட்டும் என்று நம்புகிறேன்! மேலும் ஒரு இதயத்துடிப்பு மானி (stethoscope) போல கதைகளின், கதை மாந்தர்களின் மற்றும் படைப்பாளியின் இதயத் துடிப்பை உணர இவை உதவக் கூடும்!

'கணேசமூர்த்தி என்னமாய் பிள்ளையை வளர்த்திருக் கிறார்! செல்வமும் இந்த தலைமுறையை சேர்ந்தவன் தான். அவர் என்ன இப்படித்தான் வாழ வேண்டுமென உட்கார வைத்து வகுப்பா எடுத்திருக்கப் போகிறார்! அவரோடு சேர்ந்து இந்த குழந்தைகளும் வாழ்க்கையை வாழ்ந்திருக் கிறார்கள்! நல்ல பழக்கங்கள் எல்லாம், முந்தைய தலைமுறையிலிருந்து அப்படியே பழக்கத்தில் வந்திருக் கிறது. இது செல்வத்திடமிருந்து எப்படி அவனது மகனுக்கு போகாமலிருக்க முடியும்? அப்படி என்றால் கெட்டது? அது மட்டும் எப்படி திடீரென்று முளைத்திருக்கும்? மூலம்

முன்னதுவாகத்தானே இருக்கும். தான் தமது தகப்பனாரின் விருப்பத்தை மீறி தனியே தொழில் தொடங்கியது நினைவில் வெட்டி மின்னியது! அசுர வளர்ச்சியினால் அது விஸ்தாரமாகி தெரியலாம்! அதற்கும் நாம்தானே பொறுப்பாக வேண்டும்.' என்று 'ஞானக்குடை' தரும் ஞானமும்...

'மனிதர்களை, அவர்களுடனான தொடர்பும், அவர்களைப் பற்றிய நினைவுகளுமே உயிர்ப்புடன் வைத்திருக்கின்றன. அப்படியென்றால், இந்த மறதியும் மரணமும் ஒன்று தானோ...' எண்ணம் கிடந்தது அலைக்கழிக்க, கண்களிலிருந்து தாரை தாரையாய் வழிந்தது.

மரணத்திற்கு பின் அவரை நினைத்துக் கொண்டிருப் பதற்கு பதில் இருக்கும்போதே அவரோடு பேசியிருக் கலாம். ஹூம்... நானும் கூட, ஏதாவது ஆதாயம் கிட்டினால் மட்டுமே வார்த்தைகளை செலவு செய்யத் துணியும் அவசர யுகத்தின் பிரதிநிதிதானோ...' என்ற 'உயிர்த்தெழுதல்' உணர்த்தும் உண்மையும்...

''திருமணம் என்ற பந்தம் படர்ந்து, குழந்தை என்ற உறவு வரை வேரூன்றி விட்டது. இதுவே அவளை விட்டு விலக முடியாதபடிக்கு என்னைத் தடுத்துவிடுகிறது. அவளுக்கும் அப்படித்தானா என்று என்னால் அறுதியிட்டுச் சொல்ல முடியவில்லை.

இவர்களது கோபத்தின் உஷ்ணம் அக்குழந்தையின், குழந்தைத் தனத்தை பொசுங்கிப் போகச் செய்துவிடுகிறது. வீடு என்றாலே அழுகைக்கும், மயான அமைதிக்கும் இடையேயான வெளி என்பதுபோல அது உணர்ந்தது. தனிமையே அதன் ஆதரவாக இருந்தது.' என்று 'வெற்றுச் சிரிப்பு' காட்டும் காட்சிகளும்...

''ஸ்ரீலஸ்ரீ மஹாநந்த் வெளியேறி, வேதரத்தினமே வெளிறிய முகத்துடன் அமர்ந்திருந்தார். பெரிய மருத்துவர்... முதல் முறை நெஞ்சுவலி வந்திருப்பதால் ஒன்றும் பாதகமில்லை. தவறாமல் மருந்துகள் எடுத்துக்கொள்ள பிரச்சனை இல்லை

எனவும் அருளினார்.... தலைமை அடிபொடி கூடியிருந்த கூட்டத்தினரிடம், ''ஸ்ரீலஸ்ரீ பரமாத்மாவோடு பேசி விட்டாராம், இப்போதைக்கு அவரது விஜயம் அங்கு தேவைப்பட வில்லையாம், இங்கேயே தங்கி இன்னும் உய்விக்க வேண்டியிருப்பதை தெரிந்து கொண்டாராம்'' என உரக்க கூறிக் கொண்டிருந்தான். ஜெய கோஷத்தோடு, கன்னத்தில் போட்டுக்கொள்ளும் சப்தமும் சேர்ந்து கொண்டது. சாலையைக் கடக்க எத்தனித்த போது, செம்மறியாட்டு மந்தையொன்று என்னை கடந்து செல்ல ஆரம்பித்தது. அது முடிவிலியாக நீண்டு கொண்டேயிருப்ப தாகப் பட்டது!''

என்ற 'மார்கெட்டிங் மஹாநந்த்' சாயம் வெளுக்கும் போலி ஆன்மிகமும்...

'ஆசான் வற்புறுத்துவது போல எல்லா படைப்புகளிலும் நிவாரணம் வேண்டுமென்றால், நான் ஏதாவது பச்சிலை சூரண வைத்தியம் பற்றி எழுதினால்தான் உண்டு!'

என்று 'தொழில் தர்மம்' காக்கும் எதார்த்தமும்...

''உள்ளே அடைபட்ட மனிதர்களால் எதிர்வினை ஆற்ற முடியாது என்கிறபடியால், என் கூட இருந்த பெரும் பாலான மனிதர்களிடையே ஒரு அகம்பாவம் நிரம்பி யிருந்தது. அது அவர்களின் செய்கைவழி வெளிப்பட்டது.''

என்ற 'மனிதக் காட்சி சாலை' காட்சிகளும்...

''கவிஞரது சொற்ப வருமானமும், இலக்கியப் பணியின் பால் மட்டுமே இருந்த கவனமும் அவரது மனைவிக்கு ஒருவித சலிப்பை ஏற்படுத்தியது. அவரால் தனக்கும், குழந்தைகளுக்கும் கிடைக்க வேண்டிய நியாயமான ஏதோ ஒன்று குறைபட்டுப் போவதாக உணர்ந்தாள் அவள்.

இலக்கிய நண்பர்களால் அவரது செவிகள், தேனொழுக இலக்கிய உலகில் சஞ்சாரித்தாலும் எதார்த்த பொழுதுகளை வீட்டில்தானே கழித்தாக வேண்டும்? கசந்தது உறவும், யதார்த்தமும்.''

என்ற 'கவிஞர் கற்பூரத்தின் கவிதைகளும் கோமதியின் கோலமாவும்' காட்டும் படைப்பாளியின் வாழ்வியல் நெருக்கடியும்...

"ஆமாம்... அத்தர் வாசனை...' என்றபடி அவனது கைகளில் நடுக்கத்தை உணர்ந்தான்.''

என்று ''மன இருட்டு'' மிரட்டும் பேய்வாசமும்

''ஒவ்வொரு மனித மனத்திற்குள்ளும் ஒரு வேதாளம் சமூக அவலங்களால் எந்நேரமும் வெளிவரத் தயாராக இருப்பதை உணர்ந்துகொள்ள முடிந்தது!''

என்று 'வேதாளம் சொன்ன வேதாந்தம்' விளக்கும் சமூக உண்மையும்...

''உன்னைத் தழுவி, உன்னில் கரைந்து, என்னைச் சுருக்கி உன் எல்லை வரை விரிந்து, என்னை முற்றிலுமாகத் தொலைக்க முடிவு செய்துவிட்டேன். நினைவு என்று இல்லாத ஓர் வெற்றிடத்தை உன்வழி காண இதோ தயாராகி விட்டேன்!'

என்று 'மானசிக சல்லாபம்' செய்ய வரும் 'நித்ரா தேவியும்'...

'யார் இந்த மனிதர்கள்? முகம் பார்த்துக் கூட பேச அருவெறுக்கப்பட்ட அதே மனிதர்கள் தானே? என்னால் துரத்தப்பட்ட மனிதர்களிடமே இந்த தண்ணீர் என்னை துரத்தியிருக்கிறது!.

'யாரோ முன்பின் தெரியாத மனிதர்கள் எதையும் எதிர்பார்க்காமல் எதற்காக இப்படி தங்களை அற்பணித்துக் கொள்கிறார்கள்? இந்த கணத்தில் அவர்கள் நடமாடும் தெய்வங்கள் என்கிறபடியால், உயிர்போகும் நிலையிலும் தாங்கள் காலம் தவறாமல் செய்துவந்த வழிபாடுகளை கூட செய்யாமல் இப்படி சக மனிதர்களை காத்து இரட்சிக் கிறார்களோ?'

என்ற 'மழை சிகிச்சை'யும்...

'அவள் பழகாவிட்டாலும் பரவாயில்லை, பண்ணு கிறவனையாவது விட்டு வைக்கலாம். மூச்சை சாதகம்

பண்ணிக்கொண்டு நிஷ்ட்டையில் உட்கார்ந்தால், அந்த கணத்திற்கு எதிர்பார்த்து காத்துக் கொண்டிருந்தது போல குக்கரை வைத்து விடுவாள். அதுவும் கர்ம சிரத்தையாக பிசாசு வேகத்தில் ரேசகம் பண்ணிக்கொண்டே இருக்கும். இந்த சந்தைக்கடை சூழலில் எப்படி அனுஷ்டானம் செய்து தொலைப்பது. அந்த குக்கரோடு சுவாசப் போட்டிப் போடுவதில் ஆன்மா குழைகிறதோ இல்லையோ சாதம் வெந்து குழைந்துவிடும்.'

'அவர்தான் கடவுளின் பிரதிநிதி என்பதை அவரது செய்கையே வார்த்தைகளுக்கு முன்னமே நமக்கு உணரச் செய்து விடுமே! ஆண்களும் பெண்களும் பேதமின்றி குருதேவரின் தெய்வாம்சத்தை மனமார நினைத்து உருக, அந்த இடம் தெய்வ சன்னிதானத்திற்கான அந்தஸ்த்தைப் பெற்றுவிடும்!'

என்ற 'குருவார்ப்பணம்' காட்டும் சீடனின் மனநிலையும்

'ஏதோ அந்தந்த சூழலுக்கு தக்கபடி வசதியாக கற்பிக்கப் படுவது தானோ கற்பு!' அவளாக ஒரு முடிவுக்கு வந்தாள்.

என்று 'கற்பிதம்' கற்பிப்பதும்...

'தனது சந்ததி அழிந்ததற்காக புலம்பினாள். அவள் கரைந்து, மார்பு வரை பெருக்கெடுத்த கண்ணீர் அவளுக்குள் புதைந்து கிடந்த தாய்மையை அப்பட்டமாக காண்பித்தது!

''விஷ மருந்தை யார் கேட்டாலும் கொடுக்கமாட்டேன், அதை பரிந்துரைக்கவும் மாட்டேன். அதே போல் கருகலைப்பு சிகிச்சையை எந்த பெண்ணிற்கும் அளிக்க மாட்டேன். என் உயிரையும் என் கலையையும் தூய்மை யோடும் பரிசுத்தத்தோடும் காப்பேன் என்றாயே பாவி'' என்ற அவளது ஆரம்ப கால கொள்கைகளாய் இருந்த வார்த்தைகள், அப்பல்லோ மற்றும் அதன் வம்சாவழி கடவுள்களின் கடுமையான குரலில் எதிரொலிக்க அந்த ஹிப்போகிரேட்டஸ் உறுதிமொழியின் வரிகள் பெரிதாகித் தெரிவது போலத் தோன்றியதை அவளால் கண்களில் நீர் கோர்த்திருப்பதால்தான் என புறக்கணித்துவிட முடிய வில்லை.''

என்ற 'ஹிப்போகிரேட்டஸ் உறுதிமொழி' விரும்பும் மருத்துவ(ர்) மாற்றமும்..

கதைமாந்தர்களின் உள்ளத்தை, படைப்பாளியின் உள்ளக் கிடக்கையை உள்ளங்கை நெல்லிக்கனியென உணரச் செய்கின்றன!

மனிதம் என்ற சித்தாந்தம்!

'ஒரு படைப்பு உங்களுக்குள் எப்படி எந்தப்புள்ளியில் உருவாகிறது?'

என்ற கேள்விக்கு எழுத்தாளர் ஜெயகாந்தன் அவர்கள் இவ்வாறு சொன்னார்:

'இப்படித்தான் என்று சொல்லமுடியாது வந்தபிறகுதான் தெரியும். ஒரு சம்பவம்,ஒரு நிகழ்ச்சி,யாராவது சொன்னது அல்லது நீங்களே அனுபவித்தது மனதுக்குள் அது பற்றி யோசிக்க வைக்கிறது! நடந்தது,நடக்க வேண்டியது,நடக்கக் கூடாதது எதைத் தவிர்க்க வேண்டும் என்று அதைப்பற்றி யோசிக்கிறோம். அதற்கு ஒரு வடிவம் கொடுத்து சொல்லுகிற முறையில் படைப்பு உருவாகிறது. சொல்ல வேண்டும் என்றிருந்தால் அது எல்லாம் உருவாகிவிடும். உங்களிடம் விசயம் இருக்க வேண்டும்.'

அவரே பிறிதொரு தருணத்தில்...

'இளைஞர்கள் முதலில் எழுத வேண்டும். சித்தாந் தத்தைப் பற்றியெல்லாம் கவலைப்படவே கூடாது. சித்தாந் தத்தைப் படித்துவிட்டு அதற்கேற்ப எழுதுவதற்கில்லை. நீங்கள் நல்ல மனிதனாயிருந்து நல்ல இதயத்தோடு இந்த வாழ்க்கையை பார்க்க வேண்டும். அதிலிருந்து பிறப்பது தான் நமது சித்தாந்தம்'

என்று அறிவுறுத்தினார்!

சித்தார்த்தனிடம் சொல்ல வேண்டுமென்ற எண்ணமும், விசயமும், மனிதமும் உள்ளன!

நிறைய எழுதுங்கள்! நிறைவாக எழுதுங்கள்!!

'சிறுகதைச் செல்வர்' என்று எம்மால் அன்புடன் அழைக்கப்படும் சித்தார்த்தன் அவர்களை ''அகத்தியர்

இலக்கிய மன்றம்' குழுமத்தின் சார்பில்...மேன்மேலும் படைப்புகள் பல படைத்திட...

வாழ்த்துதுமே!
வாழ்த்துதுமே!!
வாழ்த்துதுமே!!!

என்றும் அன்புடன்...

அ.சக்திகுமார் B.E., M.B.A

மத்திய கலால், சரக்கு -
சேவைவரி கண்காணிப்பாளர்
காரைக்கால்,
03.12.2019.

பொருளடக்கம்

1. ஞானக் குடை 15
2. மனிதக் காட்சி சாலை 23
3. உயிர்த்தெழுதல் 29
4. வெற்றுச் சிரிப்பு 36
5. மார்கெட்டிங் மஹாந்த் 42
6. தொழில் தர்மம் 49
7. கவிஞர் கற்பூரத்தின் கவிதைகளும்
   கோமதியின் கோலமாவும் 57
8. மன இருட்டு 66
9. வேதாளம் சொன்ன வேதாந்தம் 73
10. மானசிக சல்லாபம் 86
11. மழை சிகிச்சை 91
12. குருவார்ப்பணம் 98
13. கற்பிதம் 107
14. ஹிப்போகிரேட்டஸ் உறுதிமொழி 115

ஞானக் குடை

'**ய**ப்பா... என்னமா மண்டைய பிளக்குது?' என்றபடியே குடையை சரி செய்து, தள்ளாடியபடி நடந்தார் சேதுராமன்.

அடித்த வெய்யிலின் வீரியத்தை குறைத்துக் கொள்ளும் பொருட்டு, கண்களை சற்று இடுக்கியவாறு குடையின் கிழிசலை சூரிய கிரணத்திற்கு எதிர்புறம் லாவகமாக திருப்பி, வெக்கையிலிருந்து தன்னை தற்காத்துக் கொண்டார். அதில் ஆத்ம திருப்தியும் கொண்டார்.

போகிற காரியம் என்னாகுமோ? என்ற விடை தெரியாத அந்த பயணத்தின் தள்ளாட்டம் அவரது நடையில் தெரிந்தது. கணேசமூர்த்தி தன்னை எப்படி எதிர்கொள்ளப் போகிறாரோ? என்ற பயம் அவருக்கு ஒருவித தளர்ச்சியைத் தந்தது.

அந்த நகரத்து சாலை வளைந்து திரும்ப, கிரணங்கள் குடையின் கிழிசல் வழி அவரை விசாரித்தது! அவரது மனதில் மிரட்சியையும் கூட்டியது.

'இந்த குடையைத் தூக்கிப்போட்டு வேறு குடையை வாங்கக் கூடாதா?' என்று அவரது மனைவி பாக்கியம் கேட்கும் போதெல்லாம்...

'இப்ப இருக்கிறதெல்லாம் குடையாயிடுமா? பழைய அந்த தரம் தேடி வாங்குனாலும் இப்ப கிடைச்சிட போகுதா? பழசு பழசுதான்! மனுசங்க மாறின மாதிரி பொருளும் தரம் மாறித்தான் இருக்குது' என்று பாக்கியத்தின் வாயை அடைத்துவிடுவார்.

அவரது மனதினைப் போல நிழலும் அவருடன் தயங்கித் தயங்கி பின்னே சென்றது!

எங்கோ கிரணத்தின் வெம்மை தாளாமல் கரைந்த காகம், பலவீனப்பட்டிருந்த அவரது நினைவைப் புரட்டியது. அந்த புள்ளியில் மனம் நிலைக்குத்தி நின்று, எதிர்கால சம்பவங்கள் தெளிவற்று அவரது பிரக்ஞையில் விரிந்தது.

'முடிவு எதை நோக்கி என்பது தெரியாமல் சஞ்சலம் கொண்டபடி போய்க்கொண்டே இருப்பதற்கு இது ஒன்றும் வாழ்க்கைப் பயணம் இல்லையே! இதோ இன்னும் சில மணிகளில் அங்கே போய் காரியம் கை கூடாமல் கெட்டுப் போய்விட்டால்! போய்தான் விட்டது! அவரது சந்ததிகளில் ஒன்று உடைந்து போய், அவர் வாழ்ந்ததாய் நினைக்கும் வாழ்க்கைக்கு களங்கம் கற்பித்துவிட்டதே! பிள்ளையை வாழ வகை செய்ய வக்கில்லாதவன் என்று தன் வாய் கொண்டு வார்த்தையைச் சொல்லாமல், ஊரார் வாய் சொல்ல... வீட்டை விட்டு வெளியேறுகிறானே அவர் பெற்ற மகன்! 'சீ! காசை கட்டிக்கொண்டு அழும் தலைமுறை' என்றபடி முழங்காலைக் கட்டிக்கொண்டு வீட்டுத் தெரு வாசலில் உட்கார்ந்து கொண்டு அழுகிறார்.

குடைக்குள் வீசிய மேலைக் காற்று, துருத்தி ஊதும் விதமாக அவரது மனக் கொதிப்பைக் கூட்டியது. அந்த டீ கடைக்காரன் சொல்லியதில் பாதி தூரம் கடந்துவிட்டதாகப் பட்டது அவருக்கு.

'முன்னெல்லாம் விலாசம் கேட்டால், வீடு வரை கொண்டுவந்து விடுவதற்குள், வந்தவரைப் பற்றி தெரிந்து கொண்டுவிடுவார்கள். ஆத்மார்த்தமாக செய்வார்கள். அந்த டீ கடைக்காரன் எனக்கு எவ்வளவு வேண்டா வெறுப்பாக விலாசம் சொன்னான். எப்படி அசிங்கமாய் முனகினான்! வியாபாரம் கெட்டுப் போய் விடுகிறதாம்! அடுத்தவர் மீது அக்கறை இல்லாத ஜடங்கள்! காலம் எல்லோரையும் பாரபட்சமின்றி மாற்றியிருக்கிறது. மனிதர்களைப் போலவே ஈரமில்லாத மழைக்காலம்! வெய்யிலாய் இல்லாமல் நெருப்பாய் தகிக்கும் கோடைகாலம். மனிதர்கள் மாற அவையும் மாறுவதுதானே நியதி!

அந்த சாலையின் ஓரத்தில் சாக்கடை தண்ணீரைக் குடித்துக்கொண்டிருந்த தெருநாயின் அவஸ்தை, அவருக்கும் தாகம் எடுப்பதை நினைவுபடுத்தியது.

'அந்த நாய்க்கு இருக்கிற சுதந்திரம் எனக்கு இருக்கிறதா என்ன? சும்மா போய் தாகம் தணித்துக் கொண்டுவிட முடியுமா! தண்ணீரை காசு கொடுத்து வாங்குகிற, தனது தார்மீக உரிமையை நாகரீகம் என்ற பெயரில் காசிற்கு வாங்கும் ஒரு சமூகம். இதை விட அவமானம் வேறு என்ன இருக்க முடியும்?'

குடையை நேர்த்தியாக சாலையின் போக்கிற்கு தக்கபடி மாற்றிப் பிடித்துக்கொண்டார் சேதுராமன்.

'என் மகனும் மாறித்தான் போயிருக்கிறான். என் எதிரே நின்று முகம் பார்க்கக் கூட தயங்கியவன், இன்று 'என் முகம்' என்று கூட பார்க்காமல் பேசுகிறான். அவனுக்கு அந்த வியாபாரம் ஒத்து வராது என்று நான் எவ்வளவு சொல்லியும் கேட்க மறுக்கிறான். என் அப்பாவின் பார்வையிலேயே எனக்குப் புரிந்த ஒன்று, என் மகனுக்கோ வார்த்தை கொண்டு சொல்லியும் புரிய மறுக்கிறது.'

'சகவாசம் அப்படி! தான்தோன்றித்தனமாக இருக்கும் பிள்ளைகள். வெளி உலக வியாபகம் வளர்ந்து விட்டதாக நினைத்துக் கொள்ளும் ஒரு அறிவுஜீவித்தனம். அதனாலேயே மதிக்காமல் நடக்கும் போக்கு. நான் அவனது உயர்வுக்கு முட்டுக்கட்டை போடுகிறேனாம்! எங்கே போவேன் அவ்வளவு பணத்திற்கு? என்றால், வீட்டைப் பார்க்கிறான்!'

'சொந்த வீட்டில் இருக்க வேண்டுமென்றால் பணம் கொடு என்கிறான்! இல்லையேல் குழந்தை குட்டிகளோடு பிய்த்துக் கொண்டு போகிறேன் என்று கூட மிரட்டுகிறான். சொந்த வீட்டில் அவன் தங்குவதற்கு அவனுக்கே காசு கொடுக்க வேண்டியதுதான் என் நிலை! ஹூம்... புதிய தலைமுறை!'

'மாறிய காலம் கணேசமூர்த்தியையும் மாற்றியிருக்காது என்பதற்கு என்ன உத்தரவாதம்?'

'நான் பெத்த பையனே என் பேச்சை மதிக்காதபோது, கணேசமூர்த்திகிட்ட எப்பவோ வாய் வார்த்தையா பேசி, கை மாத்திகிட்டத மதிக்கணும்னு எதிர்பார்க்கிறது எவ்வளவு அபத்தம்!'

ஒரு இருபது வருஷமாவது இருக்கும். அப்போது அவருக்கு பணமுடை. ஒரு பெரிய தொகையை, அவரது நிலத்தில் ஒரு பகுதியை அடமானமாக வைத்துக்கொள்ள ஒப்புக்கொண்டவுடன்தான் பெற்றுக்கொண்டார். பயன் படுத்திக்கொள்ளும் பாத்தியதையை என்னிடம் வாய் வார்த்தையாக கொடுத்தார். இத்தனைக்கும், அவரது குடும்பத்தில் கூட வேறு யாருக்கும் தெரியாது.

'ஒன்றும் குறைந்து போய்விடவில்லை. இன்று வரை என்னிடம்தான் பாத்தியதை உள்ளது. கணேசமூர்த்தி ஊரில் இருந்த போதும் சரி, ஊரை விட்டு வந்த இன்றளவும் பாத்தியதை கொண்டாடியது இல்லை.

'இந்த பாழாய் போனவன், பணத்திற்குத் துவசம் கட்டிக்கொண்டு நிற்கவில்லை என்றால், நான் ஏன் கணேசமூர்த்தியை தேடி இப்படி வெய்யிலில் நோகப்போகிறேன்? நசிந்து போன கிராமாந்திரத்தில் அந்த நிலம், அந்த பெரிய தொகைக்கு போணியாகாது. இது யாருக்குத்தான் தெரியாது!'

அவருக்கு குழப்பத்தோடு குழப்பமாக எந்த குறுக்குச் சந்து என்ற விலாச குழப்பமும் சேர்ந்துகொண்டது. கால்கள் தடுமாறியது!

'வாய் வார்த்தைதானே. காசைக் கொடு என்று எந்த உரிமையில் கேட்பது?' மனம் அச்சம் கொண்டது!

'இருக்காது! கணேசமூர்த்தி தனது தலைமுறை' என்று தன்னைத் தேற்றிக்கொண்டார்!

வீட்டினை அடைந்தபடியால், குடையை மடக்கி கக்கத்தில் வைத்துக்கொண்டார்! கதவு திறந்த எட்டு வயது பையனிடம், ஊரிலிருந்து வந்திருப்பதாக சொன்னார்.

'அப்பா யாரோ ஊரிலிருந்து வந்திருக்காங்க...' என்றபடியே அவரை வெளியில் நிறுத்தியிருந்தான் பையன். குடை சுட்டது!

சொந்த ஊரிலிருந்து வந்திருப்பதை அறிந்த செல்வம் ஆர்வம் மேலிட வந்தான்! அடையாளமும் கண்டு கொண்டான்.

'வாங்க மாமா!' என்றபடியே இடையில் மறித்து நின்ற இரும்பு கேட்டை தள்ளினான். அந்த பையன் செல்வத்திற்கு பின்னால் மறைந்து நின்று சேதுராமனை எதிர்கொண்டான்.

ஊரில் எல்லோரையும் நியாபகப்படுத்திக்கொண்டு விசாரித்தான். அவரை செல்வம் கவனித்த விதம், அவனது மகனுக்கு சேதுராமனிடம் சிறிது நெருக்கத்தை ஏற்படுத்த செய்தது.

'நாம வந்த விசயம் தெரிஞ்சா, எப்படி நடந்துக்க போறானோ? இது நீடிக்குமா? இவனும் இந்த காலத்து பிள்ளைதானே!' அவரது மனவோட்டம் துணுக்குறச் செய்தது.

இன்னும் கூட கணேசமூர்த்தியை காணாதிருந்தது அவருக்கு சிறிது சலனத்தை ஏற்படுத்தியது. நான்கு சட்டத்திற்குள் அடைபட்டு சுவரில் தொங்குகிறாரோ என்று கூட சுற்றிப்பார்த்தார்! 'சீ... சீ... அப்படியெல்லாம் அசம்பாவிதம் ஒன்றும் நேர்ந்திருக்காது' என்று தன்னை ஆசுவாசப்படுத்திக் கொண்டார் சேதுராமன்.

'அப்பா எங்க வெளிய போயிருக்காரா? வெளியே வெய்யில் ரொம்ப ஜாஸ்தியா இருக்கே...' என்று பேச்சை ஆரம்பிக்க விஷயம் கிடைக்க... கேட்டுவிட்டார்.

செல்வத்தின் முக பாவனை அவரது மனதை பிசைந்தது!

'அப்பா கொஞ்ச நாளா, உடம்புக்கு சுகமில்லாம... படுத்த படுக்கையா இருக்கார். என்னென்னமோ வைத்திய மெல்லாம் செஞ்சு பாத்தாச்சு. வாத பாதிப்பால, ஒரு கை, காலோடு வாயும் சேர்ந்து இழுத்துக்க... பேச கூட முடியாம

இருக்கார்... மாமா' என்று ஈனஸ்வரத்தில் அழுதான் செல்வம்.

உள்ளே அறையில், கணேசமூர்த்தி ஏதுமற்று கிடந்தார். இந்த உலகத்தில் அவரது ஜீவனை இருத்த, சுவாச கயிறு மட்டும் அந்த கட்டிலோடு அவரைக் கட்டிப் போட்டிருந்தது!

வார்த்தை வற்றிப்போய்விட்டது என்பதனாலேயோ என்னவோ கண்ணிலிருந்து தாரை தாரையாய் வழிந்தது! ஒருவேளை சேதுராமனை அடையாளம் கண்டு கொண்டிருப்பாரோ!

கண்டுகொண்டு? சம்பந்தபட்டவனைத் தவிர வேறு யாருக்கும் தெரியாதது. வாக்கு கொடுத்தவனிடமும் வார்த்தை இல்லை! வாயில்லாத ஜீவனின் வார்த்தையை சொல்லி எப்படி பணம் கிடைக்கப் போகிறது!

சேதுராமனுக்கு தன்னை யாராவது தாங்கலாக பிடித்துக் கொண்டால் தேவலாம் என்றிருந்தது.

மன அச்சம் கூடியது. மனது ஒரு நிலையில் நில்லாது, பிறழ்ந்து தடுமாறியது! பிரக்ஞையில் எல்லா குழப்ப எண்ணங்களும் ஒருசேர தலையிலிருந்து இறங்கி நெஞ்சை அழுத்தியது! பிடித்துக்கொண்டார்!

சேதுராமனுக்கு புறத்தே, அந்த இடத்தின் துக்க மயமான பேரமைதி! அவரது அகத்தே, பிரக்ஞையில் கூச்சலிட்ட எண்ணங்களின் பேரிரைச்சல் அவரை நிலைகொள்ளாமல் செய்தது. ஆசுவாசப்படுத்திக் கொள்வதற்கு அவருக்கு சிறிது அவகாசம் பிடித்தது.

'இப்போது பணம் கேட்டால்.. இழவு வீட்டில் வாய்க்கரிசிக்கு நிற்பது போலாகிவிடும்' என்று தோன்றியது அவருக்கு.

வந்ததற்கான விஷயத்தை சொல்லாமல் போய் விடுவதுதான் நல்லது என்று முடிவுகட்டி விட்டார்.

சொல்ல வந்த விஷயத்தை நெஞ்சினில் கை வைத்து அழுத்தியபடியே எழுந்தார்! நினைவுப் பாதை தப்பியிருந்தது! கால்கள் பின்னிக்கொண்டு தடுமாறின!

'நீங்க வந்த காரியத்தையே கேட்காம என் கஷ்டத்த மட்டுமே பேசிக்கிட்டு இருக்கேன். எங்க கிளம்பிடீங்க? உட்காருங்க. வந்த சமாச்சாரத்த சொல்லுங்க மாமா?' என்றான் செல்வம்.

பலத்த யோசனைக்குப் பிறகு, வந்த விஷயத்தை தயங்கியபடியே சொன்னார் சேதுராமன்.

'மாமா.. நீங்க ஒன்னும் கவலப்படாதீங்க. இவ்வளவு நாள் இதப்பத்தி அப்பாவும் எங்கிட்ட ஒன்னும் சொன்னது கிடையாது. எனக்கு கஷ்டம் கொடுக்க வேண்டாம்னு சொல்லாம விட்டிருக்கலாம். நல்லா இருக்கும் போதே மனுஷன் இப்படி படுக்கையில விழுந்துட்டார். நிச்சயமா அப்பா இப்போ நல்லா இருந்திருந்தா, உங்களுக்கு வாக்கு கொடுத்தபடி நடந்திருப்பார்'

'அப்பாவ நிச்சயமா இந்த கவலையோட இருக்க விடமாட்டேன். உங்க பணத்த நான் கொடுத்திடுறேன்... மாமா!' என்று அழும் தொனியில் சொன்னான் செல்வம்.

அவரை வெறும் கையோடு அனுப்ப விருப்பமில்லா தவனாக, கொஞ்சம் ரொக்கமும் கொடுத்தான்.

'மீதி தொகையை நானே ஊருக்கு வந்து தருகிறேன். நீங்க கஷ்டப்பட்டு அலைய வேணாம்' என்றான்.

சேதுராமன் வார்த்தையற்றவராக நின்றார். செல்வமும் அவனது மகனும் கணேசமூர்த்தியின் பிரதி பிம்பங்களாக தெரிந்தார்கள்! கையெடுத்து கும்பிட்டார்!

புது தெம்பு மனதிலும், உடலிலும் ஏறியிருந்தது!

இப்போது கிரணம் உச்சியிலிருந்து வீசியது; வீச்சு அதிகமாக இருந்தது. அவரது நிழல் காலடிக்கு கீழேயே விழுந்தது. ஒவ்வொரு முறையும் அவர் அடியெடுத்து வைக்க, எங்கே தலை மிதிபட்டு விடுமோ என பயந்து கொஞ்சம் முன்னேறி நகர்ந்து கொண்டது!

'கணேசமூர்த்தி என்னமாய் பிள்ளையை வளர்த்திருக்கிறார்! செல்வமும் இந்த தலைமுறையை சேர்ந்தவன் தான். அவர் என்ன இப்படித்தான் வாழ வேண்டுமென உட்கார வைத்து வகுப்பா எடுத்திருக்கப் போகிறார்! அவரோடு சேர்ந்து இந்த குழந்தைகளும் வாழ்க்கையை வாழ்ந்திருக்கிறார்கள்!'

'நல்ல பழக்கங்கள் எல்லாம், முந்தைய தலைமுறையிலிருந்து அப்படியே பழக்கத்தில் வந்திருக்கிறது. இது செல்வத்திடமிருந்து எப்படி அவனது மகனுக்கு போகாமலிருக்க முடியும்?'

'அப்படி என்றால் கெட்டது? அது மட்டும் எப்படி திடீரென்று முளைத்திருக்கும்? மூலம் முன்னதுவாகத்தானே இருக்கும். தான் தமது தகப்பனாரின் விருப்பத்தை மீறி தனியே தொழில் தொடங்கியது நினைவில் வெட்டி மின்னியது!

அசுர வளர்ச்சியினால் அது விஸ்தாரமாகி தெரியலாம்! அதற்கும் நாம்தானே பொறுப்பாக வேண்டும்.'

அந்த பழைய(!) குடையின் கிழிசல் வழி நுழைந்த கிரணம் இப்போது ஞான வெளிச்சமெனத் தோன்றியது அவருக்கு.

அந்த நகரத்தின் கடைத்தெருவில் இருந்த குடை கடையில்தான் நிற்கிறார்! புதிதாக வாங்கிய அந்த குடையை பெருமிதத்துடன் பார்த்துக்கொள்கிறார்!

நாகரீக போக்கினால் நிறமும், வடிவமும் மட்டுமே கொஞ்சம் மாறியிருக்கிறது! இருப்பினும் அதே குடைதான்! 'இது' அவருக்குத் தெரியும்!

★ ★ ★

மனிதக் காட்சி சாலை

இமைகளுக்கு அப்பால் இருக்கும் உலகம் தெரியாத இருட்டு! இடையிடையே கட்டவிழ்த்துக் கொண்டு சூரியன் தென்படுவது போல சிறு வெளிச்சம். பின் கருமை கூடிக் கொண்டே போகும் இருட்டு. அதுவே நிலைபெற்று விட்டது போன்ற பிரமை. எங்கோ, பரிச்சயப்பட்ட மனிதர்களின் கூக்குரல்; கொஞ்சம் கொஞ்சமாக கனம் கூடி காதை கிழிக்கும் ஓலம்.

இருட்டின் அடர்த்தி குறைந்தபாடில்லை. அறுதியிட்டு சொல்ல முடியாத காட்சி நகர்வுகள்.

நாகரீக சங்கிலி மென்னையில் இறுக்கியபடி தொங்கும் நவீன மனிதர்களாய், இலக்கற்று தொங்கிய 'மனிதக் காட்சி சாலை' என்ற போர்டு! அதையொட்டிய பெரும் சுவர். அந்த பெரிய மதில் சுவரை கடக்க வசதியாய் அமைந்த கதவுகளை திறந்து கொண்டு உள்ளே நுழைய, அந்த ஓலம் விஸ்தாரமாகிறது. மெல்ல நுழைந்து பாதை என்று வரையறுக்கப்பட்டதில் நகர, மேலும் விரிகிறது.

அழுது ஓலமிடும் மனிதர்களுக்கிடையே, எந்தவித சலனமும் இன்றி வேடிக்கை பார்க்கும் மனிதர்கள்!

சக மனிதர்களை காட்சியாய் பார்க்கும் கூடம்; அதனால் கூட்டம்; கட்டணம் கட்டாயம். என் கையில் இருந்த ரசீது படபடக்கிறது. எப்போது வாங்கிக்கொண்டேன்? தெரியாது.

கடற்கோள்! இப்பகுதியில் ஏற்பட்ட சமீபத்திய கடற்கோள், இந்நிலையை ஏற்படுத்தியுள்ளது. இப்பகுதி வாசிகள் விபரீதத்தை அறிந்து கொள்ளுமளவுக்கு

புத்திசாலிகள் இல்லை. தொழில்நுட்பத்தை மட்டுமே நம்பி மோசம் போனவர்கள்.

அப்பகுதியின் மொத்த கூட்டமும் சிக்கிகொண்டது; பெருத்த சேதாரம். தப்பிப்பிழைத்த சிலரை அழிவிலிருந்து காக்க ஏற்பட்ட சற்றே பெரிய அளவிலான முகாம்! எனக்கு ஒருவாறு இந்த கூடாரத்தின் பின்புலம் விளங்கியது. நல்லவேளை நாங்கள் முன்கூட்டியே அறிந்துகொண்டு பாதிக்காமல் தப்பிவிட்டோம்!

கூட்டத்தோடு கூட்டமாய் நானும் நகர்கிறேன். மனிதர்களில் இத்தனை பிரிவுகளா என்பதை, அவர்கள் அடைந்துள்ள கூண்டுகளின் முன்னால் உள்ள அறிவிப்பு பலகையை பார்த்தால்தான் தெரிகிறது.

சீ... இது முன்னமே தெரியாமல் போய் விட்டதே என்ற மனக்குறை எனக்கு. சக மனிதர்கள் உற்சாகம் பொங்க செல்கிறார்கள்.

உள்ளே அடைபட்ட மனிதர்களால் எதிர்வினை ஆற்ற முடியாது என்கிறபடியால், என் கூட இருந்த பெரும் பாலான மனிதர்களிடையே ஒரு அகம்பாவம் நிரம்பி யிருந்தது. அது அவர்களின் செய்கைவழி வெளிப்பட்டது.

உள்ளே இருந்த மனிதர்கள் ஓரளவு அந்த சூழலுக்கு பழக்கப்பட்டு போயிருப்பதாகப்பட்டது. அவர்களின் அன்றாட செய்கையிலே ஈடுபட்டிருந்தார்கள். வரிசை எண் போன்ற ஏதோ ஒன்றும் அவர்களுக்கு தரப்பட்டிருந்தது.

காலம் தவறாமல் கொடுக்கப்பட்ட உணவுகள்; வியாதிக்கு ஆஸ்பத்திரி; அழிவு நிலையில் இருந்தவர்களை காக்க சில ஏற்பாடுகள்; பாதுகாப்பை ஊர்ஜிதப்படுத்த காவலர்கள்; போதாத குறைக்கு அவர்களை அறிவு ரீதியாக அறிந்துகொள்ள முற்படும் நாகரீகத்தில் மேம்பட்டுவிட்ட மனிதக் கூட்டம்.

அவ்வப்போது தங்களின் கடந்தகால நினைவு வர அழுகிறார்கள். தங்களது ஒவ்வொரு செயலையும் சக

மனிதர்கள் வந்து வேடிக்கை பார்க்கிறார்கள் என நினைத்து மேற்கொண்டு கதறுகிறார்கள்.

அந்த கூண்டுக்குள் சுவரோரமாய் இருந்த பெண்ணை கண்டதும், என்முன்னால் சென்ற அந்த இளைஞனுக்கு என்ன தோன்றியதோ தெரியவில்லை, தன் கையில் இருந்த தண்ணீர் பாட்டிலை வீசியடித்தான். அவளது பிருஷ்ட பாகத்தில் பட்டு அவளை அப்பட்டமாய் நனைத்தது! கண நேரத்தில் அவள் குறுகிப்போய் அழுதாள். தனது குறி தப்பாத திறமைக்கு புளகாங்கிதப்பட்டுக் கொண்டே குரூர சிரிப்போடு அந்த இடத்தை கடந்து போனான்.

ஒன்று மனிதாபிமானத்தை அழித்துவிட்ட நாகரீகத்தின் உச்சபட்ச வெற்றி. இன்னொன்று எதேச்சாதிகாரத்தை சகித்துக்கொண்ட அடிமைத்தனத்தின் வெற்றி.

எனக்கு எவ்விதமான உணர்ச்சியும் தோன்றாதது வியப்பாகவே இருக்கிறது. காப்பாற்றுகிறேன் பேர்வழி என்று சொல்லிக்கொண்டு இப்படி படுத்துகிறார்களே என்று மட்டும் தோன்றுகிறது.

தூங்கிக்கொண்டிருந்தவர்களை வலுக்கட்டாயமாக உசுப்பி விழிக்க வைத்தார்கள், செல்ஃபி என்னும் மயக்கத்தில் இருந்தவர்கள்! அவர்களது அனுமதியில்லாமல், அவர்களோடு தங்களது அஷ்டகோணல் செல்ஃபி முகத்தை பிடித்து, திருஷ்டியும் கழித்தார்கள்!

இன்னும் முன்னேறி செல்லச் செல்ல, மனித ஆழ் மனங்களைப் போல, (கூண்டின்) உள்ளே விதவிதமான அவலங்கள்; வெளியே விதவிதமான செய்கைகள்.

கொஞ்ச தூரத்தில் ஏதோ காரசாரமான விவாதம் நடப்பதுபோலத் தோன்றியது. நெருங்க நெருங்க அது ஏதோ ஒரு அமைப்பை சேர்ந்த கூட்டமெனவும் புரிந்தது.

சட்டத்தை கோட்டாக மாட்டியிருந்த சிலர், மனித உரிமைகளை மனப்பாடம் செய்துகொண்டுவிட்ட சில அதிகாரிகள், தன்னார்வத்தில் கலந்துகொண்ட சிலர், அந்த முகாமின் பொறுப்பாளர்கள் என கூட்டம் ஏகமாய் நடந்தது.

'சட்டத்திற்கு புறம்பாக சிறை வைத்தல் தானே இந்த செயல்?' என்று தனது கண்ணாடியை கழற்றி தழும்பேறிய மூக்கினை துடைத்தபடி, அவர் சொன்னபோது கூட்டத்தில் சற்று அமைதி நிலவியது. அடுத்து என்ன சொல்லப் போகிறார் என கூட்டம் கவனித்தது.

அவரும் தனக்கான வெளி கிடைத்துவிட்டதை உணர்ந்தபடி, அதை தடித்த பேச்சின் வழி காட்டினார்.

'இதுவே முதலில் மனித உரிமைக்கான அபாண்டமான மீறல்! அவர்களின் வாழும் உரிமையும் அல்லவா சேர்த்து பிடுங்கி இருக்கிறீர்கள்? இது ஒன்று போதும் உங்களை தண்டிப்பதற்கும், அவர்களை விடுவிப்பதற்கும்' தனது கண்ணாடியை பழையபடி தழும்பில் பொருத்திக் கொண்டார்.

மக்கள் கூட்டம் இந்த சம்பவத்தை கவனியாது தங்களது சேஷ்டைகளை தொடர்ந்துகொண்டே இருந்தது. தினமும் நடப்பதுதானோ என்னவோ!

ஆணையர் சற்று கோபமாக இருந்தார். 'குழந்தைகளை இங்கு அடைத்துவைக்க உங்களுக்கு யார் அதிகாரம் கொடுத்தது! அதிகார துஷ்பிரயோகம்!' அதிகார பங்கீட்டின் மீது அவருக்கு கோபம் இருந்து தொலைத்தது.

'இங்கேயே பிறக்கப்போகும் குழந்தைகளின் நிலைதான் என்ன? அவர்கள் கைதிகள் போல பிறக்க என்ன நியாயம் இருக்கிறது?' நிலைமையினை உணர்ந்தபடி பேசினார்.

கூட்டம் ஆமோதித்தது. அங்கே இருந்த அதிகாரிகள் எதுவும் பேசவில்லை.

பார்வையாள மனிதர்களோ கர்ம சிரத்தையாக இருந்தனர். பாதைகளில் இருந்த கற்களை சுத்தம் செய்யும் நோக்கில், ஓரமாய் கூண்டிற்குள் எறிந்தனர்!

சிலர், நாகரீகத்தை பூசிக்கொண்டிருந்த பொட்டலங் களிலிருந்து சிலவற்றை அந்த மனிதர்களுக்கு அறிமுகம் செய்து வைத்தனர். ஒரே உணவையே நேரம் தவறாமல் தின்றவர்கள் அதையும் அனுபவித்தனர். திங்கத் தெரியாமல்,

கண்டதையும் தின்றுத் தொலைத்து சிக்கிக்கொள்கிறார்கள். அவர்கள்தான் நாகரீகம் அற்றவர்களாயிற்றே!

என்னால் அதற்குமேல் நடக்க முடியவில்லை. விதவிதமான மனிதர்களை பார்க்க நேரம் கடந்தது. உள்ளே இருப்பவர்களின் கட்டுப்பட்ட உணர்சிகளையும், வெளியே இருப்பவர்களின் கட்டுப்படாத அந்தரங்கத்தையும் பார்க்க விநோதமாய் இருந்தது!

இதோ இன்னொரு கூட்டம் பெண்கள் மயமாய் கோஷமிட்டபடி வருகிறது. பெரும்பாலான முதல் வரிசை பெண்கள், தலைமயிருக்கு கண்ணாடி அணிந்திருக் கிறார்கள்!

இந்த கூட்டத்தோடு ஐக்கியமாகிவிட்டனர்.

'வெளியேதான் பெண்கள் காட்சிப் பொருள் என்றால் உள்ளேயுமா?' மாதரினத்தின் தலைவி பொங்கினார்.

'இப்பவே ஆதாரத்தோடு காண்பிக்கிறேன் பாருங்கள்...' வேறு ஒரு திசையில் கை நீட்டினாள்.

உள்ளே தனது கணவனோடு அன்யோன்யமாக உட்கார்ந்திருந்த ஒருத்தியை காண்பித்து சிலர் ஏகமாய் கூச்சலிட்டனர். புகைப்படம் எடுக்கவும் முயன்றனர்.

'இரண்டு நாயை சேர்ந்தாற்போல பார்த்தாலே வைத்த கண்ணை எடுக்காத கூட்டம், இங்கே பெண்களை எப்படி விட்டுவைக்கும்?' என்றாள் ஆவேசம் வந்தவளாய்.

கூட்டத்தில் ஒருவித பரபரப்பு தொற்றிக்கொண்டது. ஆளாளுக்கு ஏதேதோ சட்ட நுணுக்கங்களை எல்லாம் சொன்னார்கள். ஒரு கட்டத்தில் யார் என்ன பேசுகிறார்கள் என்றே புலப்படவில்லை! பேசியவர்களுக்கே இந்த நிலைதான் என்று தோன்றியது!

இது இப்படியிருக்க வெளியிலிருந்து கூட்டம் இரசீதை வாங்கியபடி வந்துகொண்டே இருந்தது.

மாலை சூரியன் கூட கண் மட்டத்திற்கு வந்துவிட்டது. போராட்டத்தில் முடிவு எட்டப்படவில்லை. கூச்சல்

அதிகமாக அதிகமாக அந்த போராட்ட மனிதர்கள், கண் கூசும் வெளிச்சத்தில் மறைந்து பின் தெரிகிறார்கள்!

'கேஸை போடலாம்... ஒரு கை பார்க்கலாம்...' என்கிறார்கள்.

ஒருவேளை சாதகமான தீர்ப்பு கூறி அவர்கள் விடுவிக்கப் பட வேண்டுமென்றால் எப்படியும் இரண்டு மூன்று ஆண்டுகளாவது பிடிக்கலாம்! அதற்குள் அவர்கள் செத்துமடிந்து போக நேரிடலாம்! அதுவரை வாய்தா வக்கிரங்களை தாங்கி நீதிதேவதை களங்கப்படாது இருக்க வேண்டுமே! நீதித் துறையின் அதிவேகம் அப்படி!

எது எப்படியோ நாம் தினமும் வந்து இந்த சுவாரசியங்களை பார்த்தேயாக வேண்டும்!

கூட்டத்தில் இன்னும் குழப்பம்! சூரிய கிரணத்தின் வெம்மை முகத்தில் வந்து படுவது ஏதோ இலை தழைகள் போலவே இருக்கிறது!

கண் கூச்சம் மேலிட...'அட! கூண்டுக்குள் நான்!'

தான் கண்டது கனவென்று உணர்ந்த காட்டெருமை திடீரென்று உரத்த குரலில் கதற, அது அனைவரின் கவனத்தையும் ஈர்த்தது!

ஒரு வன உயிரியல் பூங்காவின் காட்டெருமையினால், இந்த பகுத்தறிவு படைத்துவிட்ட மனிதர்களை, கனவில் அல்லாது வேறு எந்த விதத்தில் வஞ்சம் தீர்த்துக் கொண்டுவிட முடியும்!

உயிர்த்தெழுதல்

நகரத்தின் ஒரு கோடியிலிருந்து ஊர்ந்து மறுகோடிக்கு வந்தடைந்தாகிவிட்டது. தாம்பரம் ரயில்வே ஸ்டேஷன் அன்போடு வரவேற்குமோ இல்லையோ, பண்போடு வரவேற்காது என்பது மட்டும் நிச்சயம்.

ஜனத் தொகையோடு புழுத்துவிட்ட வாகன சந்தடியால், இப்பொழுதெல்லாம் வேலை முடிந்து ஒரு மணி நேரத்தில் வீட்டினை அடைந்துவிடலாம் என்பது நம்பிக்கை சார்ந்ததாகவே அமைந்துவிடுகிறது.

சென்னை மாநகரின் வளர்ந்து கெட்ட பகுதியில் வீடு! அதிர்ஷ்டம் இருந்தால் அரசாங்கப் பேருந்தில் பயணித்து தடவைக்கு ஐந்து ரூபாய் மேனிக்கு கையிருப்பை காப்பாற்றிக்கொள்ளலாம்.

இன்றைக்கு அது வாய்க்கவில்லை.

அவசரப்பட்டு ஒரு முடிவுக்கு வரவேண்டியதில்லை. உங்கள் அதிர்ஷ்ட பலனுக்கு இன்னும் சோதனை இருக்கிறது. பொழுது சாய்வதற்குள் வந்துவிட்டால், பத்து ரூபாய் பழுத்துப் போவதோடு நிறுத்திக்கொள்ளலாம். இருட்டிவிட்டாலோ, மார்க்கெட் கண்ட நடிகை மாதிரி ரேட் இரட்டிப்பாகிவிடும்.

இந்த நவீன ரக ஷேர் ஆட்டோ வந்ததிலிருந்து, ஆட்டோ என்கிற ஹோதாவில் தார்பாய் முக்காடிட்டுக் கொண்ட மரப்பலகையில் பயணிக்க மனம் வருவதில்லை. மேல், கீழ் வரிசையில் தலா நான்கு பேரை கொலு வைத்து விட்டு, தனது இருக்கையையும் இரண்டு புட்டங்களுக்கு பகிர்ந்து கொடுத்தபடி, அவனது தோளினை கட்டியணைத்துக் கொள்ள சொல்லுவான்.

புதிய ரகத்தில் இன்னும் இரண்டு பேர் கூடுதல் என்றாலும், நான்கு தகரத்திற்குள் நடந்தேறும் வெட்கக் கேடு வெளியே தெரியாது.

நல்லவேளை, இப்போது நவீன ரகத்தில் ஏறிக் கொண்டேன். வழக்கம்போல தோளையும், தொடையையும் கூட இருந்தவர்களோடு பகிர்ந்துகொள்ள... புறப்பட்டது. கொலைப்பசியில் இருந்த என்னை குலுக்கித் தள்ளியது. நல்லவேளை வயிறுமுட்ட நிறைந்திருந்தால், உள்ளே போன மெனுவை அநேக பேர்வழிகளுக்கும் அனாவசிய மாக காட்ட வேண்டியிருந்திருக்கும்.

இன்றைக்கென்று என் கூட இருந்த இடப்பங்கீட்டாளர்கள் துக்கத்திற்குச் சென்று திரும்பிக் கொண்டிருந்தது அவர்களது பேச்சில் தெரிந்தது. நிச்சயம் அவர்கள் குளித்திருக்க மாட்டார்கள் என்பது எனது அதிகாரப்பூர்வ நம்பிக்கை. இருக்கிற பசியில் குளித்து வேறு தொலைக்க வேண்டுமா என எனது மனம் குமுறியது. அது அவர்களின் மீது ஒருவித வெறுப்பைத் தூண்டவும் செய்தது.

காதில் வாங்காததுபோல, இந்த சம்பவமே எனக்குத் தெரியாது என தீர்க்கமாக மனதினை நம்பவைக்க முயன்றேன். ஏகவேளையில், ஆட்டோ அதன் போக்கிற்கு எனது வாழ்க்கையினை குலுக்கிக் கொண்டிருந்தது.

மரணத்தை சார்ந்த அவர்களது ஆற்றாமை மிகுந்த சம்பாஷணையிலிருந்து இறந்தவனுக்கு அற்ப ஆயுளாக இருந்திருக்க வேண்டும். அந்த மரணத்தையொட்டி அவர்கள் கொண்ட அவஸ்தை என்னையும் கொஞ்சமாக அதில் லயிக்க செய்தது. ஆனால் அது வெகு நேரம் நீடிக்கவில்லை.

அரசின் 'பரிவார் விகாஸ்' நிதியின் கீழ் நிர்மாணித்தது போன்று ஜனத்தொகை கட்டுப்பாட்டிற்கு ஆதரவாக இருக்கும் முடிச்சூர் சாலை, குறிப்பாக இடுப்பெலும்புக்கு கீழ் குறி வைத்து தாக்கி அயர்ச்சியைத் தந்தது.

ஒருவழியாக பாரதி நகர் நிறுத்தத்தை அடைந்து இறங்க, அங்கப்பிரதட்சணம் முடித்த அவதி நிறைந்தது.

பிராட்வேயிலிருந்து கடையை பூட்டிக்கொண்டு கிளம்பினால், வீடு வந்து சேர்வதற்குள் ஏற்படும் தினப்படி அவஸ்தைதான் இது என்றாலும், இன்றைக்கு அந்த மரணத்தின் வீரியம் ஒருவாறு மனதினை களைப்படையச் செய்திருந்தது. நிறுத்தத்திலிருந்து வீட்டிற்கு இடையேயான தூரத்தை மலைப்பே நிரப்பியிருந்தது.

தெருவில் தனது ஏகபோகத்திற்கு எல்லையை வரையறுத்துக் கொண்டிருந்த நாய் ஒன்று, என்றைக்கோ என்னிடமிருந்து அரிதாக வெளிப்பட்ட கருணையை நினைத்தபடி வாலையாட்டிக் கொண்டு கொஞ்ச தூரம் வந்தது போலிருந்தது.

வீட்டிற்குள் வந்ததும் வராததுமாய் ‘என்னங்க... சண்முகம் மாமா தவறிட்டாராம்’ என... ஆள் கிடைத்து விட்ட அவசரத்தில் அவளது மனபாரத்தை என்னிடம் இறக்கிவிட்டாள். கணவன் என்கிற முறையில் பாதியை யாவது சுமப்பது தானே நியதி.

கேட்டதும், என்னை நிறுத்தி வைத்துவிட்டு இந்த அண்டமே சுழல்கிறதா இல்லை அது நின்றுகொண்டு என்னை சுழலடிக்கிறதா எனப் புரியவில்லை எனக்கு. அவள் பாட்டிற்கு ஏதோ பேசிக்கொண்டே போனாலும், அவளது விசும்பலின் ஒலி மட்டுமே வீடு முழுவதும் எதிரொலித்து நிறைந்தது போலிருந்தது.

சண்முகம் அண்ணாச்சியை பற்றிய நினைவுகள் புரள ஆரம்பித்து என்னை நிலைகொள்ளாமல் செய்தது. எமனோடு கூட்டுறவு வைத்துக் கொள்ளுமளவுக்கு வயதாகி விடவில்லை அவருக்கு. என்னோடு அவருக்கு ஏகதேசம் பத்து வயது அதிகமிருக்கலாம்.

என்னுடைய உறவுக்காரர் இல்லை என்கிற ஒரே தகுதியினால் மட்டுமே நான் முன்னேற உதவினார் என்று சொல்லிவிட முடியாது. இப்போது ஜீவனம் பண்ண உதவும் பிராட்வே கடையை தகையம் பண்ண முழு ஏற்பாடும் பண்ணிக்கொடுத்து, கைதூக்கி விட்டவர் சண்முகம் அண்ணாச்சிதான்.

ஏறத்தாழ இருபது ஆண்டுகாலமாக அண்ணாச்சி பழக்கம். 'போய் படுவை சுருட்டு வாங்கியாரியாடா...' என்று நான் வேலை பார்த்த கடைக்கு வந்ததும் வராததுமாய் என்னைத் துரத்துவார். சுருட்டோடு பற்றிக்கொண்ட பந்தம் கொஞ்சம் கொஞ்சமாக படர்ந்து கனிந்தது. ஆனால், கூட இருந்தவர்களுக்கோ அவரோடு எனது பந்தத்தைப் பார்க்க புகைந்தது.

நான் ஏதாவது சொல்லத் தயங்குவது போல் தெரிந்தால் 'என்னை ஏன் அந்நியனா நினைக்கிற, அண்ணனா நினைச்சுக்க. விசயத்த மளமளன்னு கக்கிட்டு போய் ஆவரத்த பாரு' என என்மீது ஏகத்திற்கு உரிமை கொள்ளுவார்.

அண்ணாச்சிக்கு வேறு சில அற்ப சல்லாபங்களிலும் ஈடுபாடு உண்டு. அதில் ஏதாவது ஒன்றிற்கு என்னை ஏவி விட மாட்டாரா, அப்போதாவது கடை முதலாளியிட மிருந்து தப்பித்துக் கொள்ளவும், அண்ணாச்சியோடு பொழுதை கழிக்கவும் தோதாக அமையுமென மனம் எண்ணம் கொள்ளும்.

இருந்த வேலை வெகு நாட்கள் நீடிக்கவில்லை. ஒருவேளை, கல்யாணம் பண்ணி, பின் நடுத்தெருவுக்கு வந்திருந்தால் அதில் நியாயம் என்று சொல்லும்படியாக சில காரணங்கள் இருந்திருக்கலாம். ஆனால் அதற்கு முன்னரே வந்து தொலைத்தால்!

'மூளை இல்லாதவனுக்கு கூட பெண்ணை கொடுப்பானுவ, ஆனா வேலை இல்லாதவனுக்கு எவன் பெண்ணை கொடுப்பான்னு நினைக்கிற. பிராட்வேயில எனக்கு தெரிஞ்ச எடத்துல கடை ஒன்னு விலைக்கு வருது. முழுசா ஒரு லகரம் கேட்குறான். நீ பணத்தைப்பத்தி கவலைப்படாத. கொஞ்சம் கடுசா தாள் கட்டை தூக்கிப்போட்டா, மயங்காத கழுதையா இருக்கு. நீ கடைய வச்சு பொழைக்கிற வழியப் பாரு.' சொல்லிக்கொண்டு போனவர், கடையை கிரையம் பண்ணிக்கொண்டுதான் வந்தார்.

'இப்படியே இடிஞ்சு போய் உட்கார்ந்திருந்தா என்ன செய்வது. கை கால் அலம்பி சாப்பிட வாங்க...' அவளது கடனை முடிக்க ஆயத்தமானாள்.

வீட்டில்தான் இருக்கிறேன் என்கிற பிரக்ஞை வந்தது. வயிறு பசியுடனான பந்தத்தை அறுத்துக்கொண்டிருந்தது. அவள் மீது இனம்புரியாத கோபமும் எழுந்தது.

'அங்க மனுஷன் செத்துக் கிடக்கிறான், இங்கே சாப்பாடு ஒரு கேடா? எப்போது எடுக்கிறாங்கன்னு விவரம் தெரிஞ்சுதா. சட்டுன்னு கிளம்பு போகலாம்.'

'நான் சொல்வதை முழுசா காதில் வாங்கக்கூடாதுன்னு சத்தியம் பண்ணிட்டு எனக்கு தாலி கட்டினவர் தானே நீங்க! அவர் தவறிப்போய் ஒன்னரை வருஷம் ஆகுதாம். நான் அப்போ சுவத்துக்கிட்டாதான் விஷயத்தை சொல்லி யிருக்கேன்.'

ஒன்றரை வருஷத்திற்கு முன்னாடியே அவர் போய் விட்டார் என்று தெரிந்ததும்தான் மனபாரம் இன்னும் அதிகமாகக் கூடியது.

அவரை கடைசியாக பார்த்து ஒரு ஐந்து வருடமாவது இருக்கும். அப்போது கூட என்மீது குறையாத கரிசனத்தை பார்க்க ஆச்சரியமாக இருந்தது.

'லட்ச ரூபாய திருப்பிட்டா, எங்கிட்ட பேசக்கூடாதுன்னு இருக்கா. இந்த மூஞ்சை நேர்ல வந்துபார்க்க பிடிக்கலைன்னா என்னோட நம்பர்ல பேசு' என்றபடியே அவருக்கு புதிதாக அறிமுகமாகியிருந்த செல்ஃபோன் எண்ணைக் கொடுத்தார்.

என்னை உயிருள்ள நபராக பார்த்தே பழகிப்போன அவருக்கு, அந்த செல்ஃபோனில் வெறும் நம்பராக பார்க்க மனமிருக்காது போலும். ஒவ்வொருமுறையும் 'யாரு பேசறது' என்பார். கடந்த சில ஆண்டுகளாக என்னுடைய பரபரப்பான தினப்படி லௌகீகத்தில் அவரை மறந்து போனதுதான் உண்மை.

'மனிதர்களை, அவர்களுடனான தொடர்பும், அவர்களைப் பற்றிய நினைவுகளுமே உயிர்ப்புடன் வைத்திருக்கின்றன.

அப்படியென்றால், இந்த மறதியும் மரணமும் ஒன்று தானோ...' எண்ணம் கிடந்து அலைக்கழிக்க, கண்களிலிருந்து தாரை தாரையாய் வழிந்தது.

'என்ன இப்படி நொந்துபோய் உட்கார்ந்திருந்தால் என்ன செய்வது?' என்றாள்.

'என்னோட அலட்சியத்தால் ஒரு மனுசன அநியாயமாகப் புறக்கணிச்சிருக்கிறேனே. அப்பப்ப பேசியிருந்தால் கூட, அவரை என் நினைப்பிலேயாவது உயிரோட உலவ விட்டிருக்கலாம் இல்லையா?'

அவள் மௌனம் காத்துக்கொண்டிருந்தாள்.

சீ! நாய் மனம். இன்றைக்கு வீதியிலே அந்த நாய், நான் வருவேன் என்று காத்துக் கிடந்திருக்கப் போவதில்லை. ஆனால் நான் அதன் எல்லைக்குள் வந்ததும் குழைந்து விட்டு பின் எல்லையைத் தாண்டியதும் சகஜ நிலைக்குத் திரும்பிவிட்டது. அப்படிதான் நான் சக மனிதர்களை வெற்றுக் காரணங்களுக்காக ஒரு எல்லைக்கு வெளியே புறக்கணித்திருக்கிறேனோ!

என்னை விரல்களாக பாவித்து முறித்தபடி, அவளது இருப்பினை உணர்த்த முயன்றாள்.

முன்பின் தெரியாது என்றாலும், ஆட்டோவில் இருந்த அந்த துக்க கோஷ்டியின் பேச்சில் இறந்துபோயிருந்தானே அவன் நினைவு கூட கொஞ்சநேரம் என்னைத் தொடர்ந்தது. ஆக, மரணம் என்றால் மனதை ஒருவித வெறுமை கவ்விக்கொள்கிறது. மரணத்திற்கு பின் அவரை நினைத்துக் கொண்டிருப்பதற்கு பதில் இருக்கும்போதே அவரோடு பேசியிருக்கலாம்.

ஹ¯ம்... நானும் கூட, ஏதாவது ஆதாயம் கிட்டினால் மட்டுமே வார்த்தைகளை செலவு செய்யத் துணியும் அவசர யுகத்தின் பிரதிநிதிதானோ! இந்த லட்சணத்தில், 'உயிரிகளிலே மனிதன் மட்டுமே பேசத்தெரிந்த விசேஷ ஜந்து' என பீற்றிக்கொள்ளும்படி பெருமை வேறு!

'இப்போ கூட அவரோட சாக்காடு தெரியாம போயிருந்தா, அவரைப் பத்தி கேள்வி ஏது? விட்டுத் தள்ளுங்க, வேகமான உலகத்துல ஈசல் வாழ்க்கை! இப்போ கவலைப்பட்டு என்ன பிரயோஜனம். கடைசியா அவர் முகத்தையும், குரலையும் கேட்க கொடுத்து வைக்கல...' நினைவு கலைத்தாள்.

'வாஸ்தவம்தான். அவரோடு பேசாமல், மனசளவுல அவரை என்றைக்கோ கொலை செஞ்சுட்டோமேங்கிற குற்ற உணர்வுதான்' என்றேன்.

'அப்படின்னா, நீங்க எத்தனை பேரோட நினைப்புல மரணிச்சி போயிருக்கிறீங்களோ, தெரியலையே!' உத்தேச மின்றி சிரித்தாள். என்னை எதிர்பார்க்காமல் தூங்கப் போவதாகச் சொன்னாள்.

ஒருவேளை, அவள் கூறியது உண்மையாக இருக்குமோ! எது எப்படியோ, இப்பொழுதெல்லாம் என்னுடைய மன உலகில் பலரும் உயிர்த்தெழுந்தபடியே இருக்கிறார்கள்!

வெற்றுச் சிரிப்பு

அந்த கணத்தில் ஆந்திரா மெஸ் அப்பாராவிடம் ஆறு பொடிமாஸ் ஆர்டர் செய்யப்பட்டது; ஒன்றில் பெப்பர் கம்மி. தங்களது அறிவுக்கு எட்டியவரை வேற்று மனிதர்களாகத் தோன்றியவர்களை, 'ப்ரீ மோலார்' தெரியாதபடிக்கு, அடிவயிற்றிலிருந்து உறுமியவாறு குசலம் விசாரித்துக் கொண்டிருந்தன தெருவோரத்து நாய்கள். பேருந்து நிறுத்தத்தில் நிற்காமல் அருகிலுள்ள பங்க் கடை வாசலில் நின்று, முக்கி முனகியபடி கிளம்பிச் சென்று கொண்டிருந்தன நகரப் பேருந்துகள்.

இவையெல்லாம் அந்த தெருவில் மெக்கானிக் கடை வைத்திருக்கும் குமாரசாமியின் அனுமதியைப் பெறாமலேயே அரங்கேறிக்கொண்டிருந்தன. அவனுடைய வீட்டிலும் கூட அப்படித்தான் எனும் போது, இந்த மரியாதைக் குறைவு களைப் பற்றி அவன் வருத்தம் கொள்வதற்கு எந்தவித நியதியும் இல்லை.

இன்று காலையில் வீட்டில் நடந்த சம்பவத்தை நினைத்த போது, வீட்டிற்கு போவதை முடிந்தவரை தள்ளிப் போடுவதே உசிதம் என உத்தேசம் கொண்டவனாய், கடையை விட்டு கிளம்பினான்.

பங்க் கடையில் கொஞ்சமாய் தனக்கு கொள்ளி வைத்துக்கொண்டு, புகையை வேண்டா வெறுப்பாய் வெளித்தள்ளினான்.

அவன் மனைவியுடனான இந்த பிணக்கு, ஏதோ இடைப்பட்டக் காலத்தில் ஏற்பட்டது என்றால் கூட, வெற்றிலை மை வியாபாரியிடமாவது தோஷ நிவர்த்தி

செய்திருக்கலாம். ஆனால் ஆரம்பத்திலிருந்தே என்பதனால், குலதெய்வத்திற்கு கூட தீர்த்து வைப்பது சிக்கலாக இருந்தது.

இந்த பிரச்சனைகள் ஒருபுறம் இருந்தாலும் அவனது மெக்கானிக் கடையை சாசனம் செய்துவைக்க அவர்களுக்கு ஒரு வாரிசு இருந்தது!

இன்று அவள் பேசிய வார்த்தைகளின் வீரியத்துடன், சிகரெட் புகையும் சேர்ந்துகொண்டு அவனது கண்களை இருட்டிக்கொண்டு வந்தது. எச்சில் விழுங்கும் இடத்தில் ரணமாய் அறுத்தது. அவனது மனசாட்சி தனது சம்சாரி வாழ்க்கையின் கேவலத்தை புடம் போட்டுக் காண்பிக்கத் தொடங்கியது.

‘‘திருமணமான ஒரு மாதத்திலேயே, தான் ஊரறிய மட்டும்தான் முதல் தாரம் என்பதை ஒருத்தி அறிந்து கொண்ட பிறகும் கூட சகித்துக்கொண்டு வாழ்ந்து கொண்டிருக்கிறாள் என்றால், நான் எவ்வாறு அவளிடம் நடந்து கொண்டிருக்க வேண்டும்?

ஆனாலும் நான் நேரடியாக அப்படி எடுத்துக் கொள்ள முடியாதே. எனது மாமனார் வீட்டின் பொருளாதார லட்சணம் எனக்குத் தெரியாததா? வேறு வழியில்லை, ஒட்டிக்கொண்டிருக்கிறாள்!

அவளுடனான சகவாசத்தை விட்டுவிடும்படி எப்படியெல்லாம் என்னிடம் கெஞ்சியிருக்கிறாள்? ஒன்றுக்கும் ஆகாது என்ற சூழலில் அழுது ஆர்ப்பாட்டம் செய்தும் என்னை வெறுப்பேற்றியிருக்கிறாள். திருமணம் என்ற பந்தம் என் சந்தோஷங்களுக்கு தடை போடுவதை என்னால் பொறுத்துக்கொள்ள முடியவில்லை.

நீ இன்னதை செய்யலாம், இன்னதை செய்யக்கூடாது என்று சொல்ல, யார் இவளுக்கு சாசனம் செய்து கொடுத்தது?’’

என்றெல்லாம் அவனது மனவோட்டம் அவனைப் போட்டு அலைக்கழித்தது. அவனது செயல்களுக்கு வாரிக்கட்டிக்கொண்டு கற்பிதம் தேடியது.

திருமணம் என்ற சடங்கின் மீதான அவனது கோபமெல்லாம், மெல்ல மெல்ல அவள்மீது படரத் தொடங்கியது. அத்துமீறுவதில் சுகத்தைத் தேடியது, அதன்வழியாக அவளை வஞ்சம் தீர்த்துக்கொள்வதாக மனது சமாதானம் கொண்டாடியது.

பேருந்து நிறுத்தத்தில் ஆட்களின் எண்ணிக்கை குறையத் தொடங்கிவிட்டது. நீண்ட இடைவெளிக்குப் பிறகு வரும் பேருந்துகளில் இறங்குபவர்களும் வேகமாக வீட்டை நோக்கிச் சென்று கொண்டிருக்கிறார்கள். நாய்களும் பேருந்து நிழல் குடையின் அடியில் படுக்க இடத்தை தோது செய்து கொண்டிருக்கின்றன.

அவ்வப்போது பங்க் கடை ஆசாமி, அவனுக்கு கொடுக்கும் சிகரெட்களின் எண்ணிக்கையை சரி பார்த்துக் கொள்கிறான். கொள்ளி வைத்துக்கொள்ள தொங்கி கொண்டிருந்த கயிறும், வந்தபோது பார்த்ததை விட பாதிக்கு மேல் தன் உயரத்தை குறைத்துக்கொண்டு விட்டது. அதற்காக எல்லாம் அவன் நகரப்போவதாக கடை ஆசாமிக்குத் தோன்றவில்லை.

அவனது நினைவலைகள் கொந்தளித்துக்கொண்டு, அவனை மீண்டும் படுத்த ஆரம்பித்தது.

''திருமணம் என்ற பந்தம் படர்ந்து, குழந்தை என்ற உறவு வரை வேரூன்றி விட்டது. இதுவே அவளை விட்டு விலக முடியாதபடிக்கு என்னைத் தடுத்துவிடுகிறது. அவளுக்கும் அப்படித்தானா என்று என்னால் அறுதியிட்டுச் சொல்ல முடியவில்லை.

நிச்சயம் அவளது சிற்சில தேவைகளுக்காகத் தான் என்னுடன் இன்னும் சம்சார வாழ்க்கையில் சகித்துக் கொண்டு பந்தப்பட்டு கிடக்கிறாள். தன் குடும்ப உறவுகளின் நிர்ப்பந்தத்தினால் கூட அவள் இன்னும் என்னோடு சேர்ந்திருக்கலாம். யார் கண்டது?

கோபத்தின் உச்சத்தில், இவளுடனான பந்தத்தை விட்டு விலக என் குழந்தையே தடையாக இருப்பதாகக் கூடத் தோன்றியிருக்கிறது. அதைச் சேதாரம் இல்லாமல் குழந்தையின்

மீது பலமுறை பதித்திருக்கிறேன். என்னுடைய இந்த மூர்க்கம் கூட அவளை இப்படி இன்று பேசவைத்திருக்கும்.

ஆமாம் அவளுக்கோ, என்னை கைப்பிடித்ததைத் தவிர பாவ மன்னிப்பு கேட்குமளவிற்கு வேறெந்த தவறையும் இழைக்கவில்லை என்பதில் அசைக்கமுடியாத நம்பிக்கை உண்டு.

உண்மைதான், இப்பொழுதெல்லாம் நாலு பேருக்கு மத்தியில் அந்தரங்கத்தை போட்டுடைத்து ஆதரவு தேடத் தொடங்கிவிடுகிறாள்.''

இவர்களது கோபத்தின் உஷ்ணம் அக்குழந்தையின், குழந்தைத்தனத்தை பொசுங்கிப் போகச் செய்துவிடுகிறது. வீடு என்றாலே அழுகைக்கும், மயான அமைதிக்கும் இடையேயான வெளி என்பதுபோல அது உணர்ந்தது. தனிமையே அதன் ஆதரவாக இருந்தது.

அவன் ஏதோ யோசனை செய்தபடி ஆவேசமாக இழுத்த சிகரெட் புகை, உச்சி மண்டையில் பட்டு நெடியேறி எங்கோ தறிகெட்டு அலைந்த அவனது மனம், காலைச் சம்பவத்தை மீண்டும் நினைவுபடுத்தி, குடைச்சல் கொடுக்கத் தொடங்கியது.

என்னை அவள் உளவு பார்க்கிறாள் எனத் தெரிந்தும் நான் எப்படி சும்மா பொறுத்துக் கொண்டிருக்க முடியும்? நேற்று அவளோடு கடையில் நான் நடந்து கொண்டதை, நேரில் நின்று பார்த்ததுபோல, இவள் எதுவும் மாறாமல் சொல்லிக் கொண்டு அலட்சியமாக என் முக பாவத்தையே பார்த்துக் கொண்டிருந்தாள். கோபம் மேலிட என்னை மீறி பேசி விட்டேன், வாக்குவாதம் கை மீறிவிட்டது.

''நீ நேர்ல பாக்காம எதையுமே சொல்லாத. தேவை யில்லாம காலை நேரத்திலேயே எரிச்சல கிளப்பாத''

''இந்த கேவலத்த நேர்ல வேற பாக்கணுமோ? அப்ப உங்களுக்கு இங்கேயே கூட்டிவந்து வச்சுகிற எண்ணம் வேற இருக்கோ?''

''கற்பனையா எதாவது சொல்லாத''

''உங்களோட நான் அனுபவிக்கிற சுகத்துக்கு கற்பனை ஒன்னுதான் கேடு!''

''நான் அப்படித்தான் நடந்துக்குவேன், உன்னால முடிஞ்சத பாத்துக்க.''

''இப்பதான் நீ உள்ளத சொல்லியிருக்க. ஒன்னு மட்டும் நல்லா தெரிஞ்சுக.. என்னோட கண்ணியம் தான் உனக்கு இந்தமாதிரி அத்துமீற தைரியத்த கொடுக்குது, ஒரே ஒரு தடவ நான் உன்ன மாதிரி அத்துமீறிட்டன்னா சோறு, தண்ணி, தூக்கம் இல்லாம பித்து புடிச்ச மாதிரி அலைவ. ஞாபகத்துல வச்சுக்க...'' என்று சொல்லிவிட்டு அரற்ற ஆரம்பித்து விட்டாள்.

வழக்கம் போல அவனும் வீட்டுச் சாமான் ஒன்றுக்கு பறக்கும் வித்தையை சொல்லிக்கொடுத்து விட்டு கடைக்கு புறப்பட்டு விட்டான்.

ஒவ்வொரு முறையும் அவளது வார்த்தைகளை நினைக்க நினைக்க, அவனது புரடியில் பொறி கலங்க அடிப்பது போல இருந்தது.

இப்பொழுது, பேருந்து நிழற்குடை மனித சஞ்சாரமற்று உள்ளது. அந்த நெருப்புக் கயிறு இன்னும் கொஞ்சம் புகைந்தால், கடையின் கூரைக்கு உலை வைத்துவிடும் என்ற பரபரப்பு கடைக்காரனுக்குத் தொற்றிக்கொண்டது.

''இப்பவாவது கிளம்பக் கூடாதா?'' என்ற தொனியில் கடைக்காரன் குமாரசாமியை பரிதாபமாக நோக்கினான்.

இப்படியே இன்னும் கொஞ்சநேரம் அசையாமல் நின்றால், நாய்கள் தங்கள் ராஜ்ஜிய எல்லையை வரையறுக்க தன்மேல் காலைத் தூக்கிவிடும் என்ற பயத்தில் வீட்டை நோக்கி நடக்க ஆரம்பித்தான்.

அந்த நடுநிசியைத் தொடும் வேளையில், தெருவெங்கும் பேரமைதி. தாழிடப் படாத தெருக் கதவைத் திறந்து கொண்டு உள்ளே நுழைகிறான், கோரமான அமைதி. காலையில் பார்த்ததோடு கந்தர கோலமாக ஈரம் காயாத

வீங்கிய கண்களோடு, அவன் வீட்டினுள் வந்த பிரக்ஞை கூட இல்லாமல் வெறித்துக் கொண்டிருக்கிறாள் அவள்.

ஏதோ உணர்வு ஏற்பட்டவனாய் அடுப்பங்கரையிலிருந்து வந்த சப்தத்தை உத்தேசித்து முன்னேறுகிறான். உள்ளே, அழுதபடியே தரையில் கொட்டி இரைந்துகிடந்த சோறை தின்று கொண்டிருந்தது குழந்தை! அவனைக் கண்டதும் பயத்தில் நடுங்கியவாறு, கால்களைக் கட்டிக்கொண்டு, சோறை வாயில் குதக்கியபடியே உறைந்தது.

தன்னை தற்காத்துக்கொள்ள வேண்டி, உயிர்ப்பில்லாமல் அவனைப் பார்த்து செய்த வெற்றுச் சிரிப்பு அவனை என்னமோ செய்தது!

★ ★ ★

மார்கெட்டிங் மஹாராந்த்

பத்து வருடங்களுக்கு முன்பு கூட அந்தப் பகுதி பொது ஜனங்களிடம், மஹாராந்த் பற்றி கேட்டிருந்தால், தங்களால் தேர்ந்தெடுத்து சட்டமன்றத்திற்கு அனுப்பிவைக்கப்பட்ட உறுப்பினரைப் பற்றி கேட்டது போல, நெற்றியை சுருக்கி, முகத்தை அஷ்டகோணலாக வைத்திருப்பார்கள்.

சமூக வலைதளங்களின் வாயிலாக ஆன்மீக மற்றும் மொழிப்பற்றுவாதிகளுக்கெல்லாம் மஹாராந்திடம் ஏற்பட்டிருக்கும் ஈர்ப்பு, அவர் வேதரத்தினமாக இருந்தவரை இல்லை.

வேதரத்தினம் எனக்கு தூரத்து பந்தம்; தேங்காய், பழ மண்டி இடைத் தரகு வியாபாரி. அண்ணாச்சியின் புண்ணியத்தால் ஜீவனம் நடத்திக்கொண்டிருந்தவர்.

அண்ணாச்சியோடு கொண்டிருந்த வியாபார சங்காத்தத்தால் கமிஷனையும், அவரது அபிமானத்தையும் சொற்பமாக சம்பாதித்து வந்தார்.

பெருமாள் கோயில் சந்து, தெய்வீக சமாச்சாரங்களான தேங்காய், பழ விற்பனை என்றாலும், அண்ணாச்சிக்கு லாகிரிகளின் மீது பெருத்த அபிமானம். போதையில் மட்டுமே அவர் அந்தகால தேர்ட் பார்ம் எனத் தெரியவரும். இந்த தெய்வீக வியாபாரத்தால், பாமர மக்களையெல்லாம் அனுக்கிரகம் பெற்று உய்விக்க வந்ததாக பாவனை அவருக்கு, அவைகளும் லாகிரி உட்சென்றால்தான் வெளிப்படும்.

அப்படித்தான் அன்றைய போதையில், அண்ணாச்சி வாழைப்பழ மகிமையைக் கூறி, தன் போதைக்கு பெருமை சேர்க்கத் தொடங்கினார். அவரது ஆறாவது அறிவு பிரபஞ்சத்தோடு தொடர்புகொள்ளத் தொடங்கியது.

''இந்த உலகத்திலே தோன்றிய ஜீவராசிகளுக்கு நோக்க மெல்லாம், அவற்றின் இறுதி இலக்காகிய பரம்பொருளை அடைவதே. அதிலும் குறிப்பாக மனிதன், வீடுபேறை சீக்கிரத்தில் அடைய நெறிமுறைகளை வகுத்து வைத்திருக் கிறான்.''

''அந்த நெறிமுறைகளை எல்லாம் பின்பற்றி, பாவ காரியங்களில் ஈடுபடுத்திக் கொள்ளாமல், பந்த சங்கிலி களை விலக்கி, இறைவனுடைய திருவடி ஒன்றே நோக்க மென 'வாழப்பழ'கு என்பதை குறிக்கவே, இறைவனுக்கு வாழைப்பழ நிவேதனம் செய்கிறோம்'' என உச்சத்தை உறுதிபடுத்தினார் அண்ணாச்சி.

வேதரத்தினத்திற்கு மயிர் கூச்செறிந்தது. தேங்காயின் மகிமையை எதிர்பார்த்துக் காத்திருந்தார். ஆனால் அண்ணாச்சியோ வாணி ஒழுக குப்புறப் படுத்துக்கொண்டு மட்டையானார்!

வேதரத்தினத்தின் சீரிய முயற்சியால், அண்ணாச்சியின் போத(தை)னைகள் கடைப் பலகையில், வாழைப்பழ விலைப்பட்டியலுக்கு கீழ் இடம் பிடித்தது. அண்ணாச்சியின் வியாபாரத்தில் சூட்சமம் சேர்க்கப்பட்டது; சூடு பிடிக்கவும் ஆரம்பித்தது.

தூங்கிக் கொண்டிருந்த வேதரத்தினத்தின் மனித புத்தி எழுந்து உட்கார்ந்துகொண்டது. தேவமஹிமை மட்டு மல்லாமல், மதம், தமிழர் மானம், தமிழ் பெருமை சார்ந்த சரக்குகளுக்குத்தான் மார்கெட்டில் கிராக்கி என்பதை உள்வாங்கிக்கொண்டது. அவற்றில் தற்குறிப்பேற்றி கூறுவதில்தான் உண்மையான சூட்சமம் உள்ளதாக அறிந்து கொண்டது அண்ணாச்சியின் வாயிலாக. மேலும் தான் செய்யவேண்டிய வியாபாரம் இதுவல்ல என்பதையும் உணர்ந்துகொண்டது.

வேதரத்தினம் என்ற பெயர் பழ மண்டியோடு பரிச்சயப் பட்டு போனதால், ஸ்ரீலஸ்ரீ மஹாநந்த் ஆனார். பின்னர் லாகிரிகளின் துணையின்றியே தெளிவாகக் குழப்பினார்.

ஆரம்பகாலத்தில், பெருமாள் கோயில் துவஜஸ்தம்பதின் அருகில் அவரது பிரசங்கங்களும், கையளவு பிரதிகளும் ஆலய பிரசாதத்திற்கு நிகராக விநியோகிக்கப்பட்டன.

தேங்காய், பழம், எலுமிச்சை உள்ளிட்ட சமையலறை விஷயங்களில் மட்டுமே கவனம் செலுத்த அவர் விரும்ப வில்லை. பெரிதினும் பெரிதாகத் தேடல் இருந்தது.

பாட்டி வைத்தியம், பட்டாணி, கொண்டைகடலை, நவதானியம் போன்ற மூலிகை சமாச்சாரங்களை வைத்துக் கொண்டு லோலாய் படுத்தும் ஆர்கானிக் ஆசாமிகளிடம் மல்லு கட்ட முடியாதென மனதில் அபிப்ராயம் ஏற்பட்டது.

தற்காலத்து கெளரவ லாகிரிகளாகிய பக்தி, மத தர்மம், தமிழ் பெருமை, தமிழர் மானம் போன்ற உணர்வுப் பூர்வ விஷயங்களை விரல் நுனியிலேயே வசதியாக இருத்தி வைத்திருக்கும், பேஸ் புக், வாட்ஸப் உள்ளிட்ட சமூக ஊடகங்களே சரியான யுக்தி என அவரது ஞான திருஷ்டியில் உதயமானது.

யோசிக்காமலும், முழுவதுமாக படித்துணராமலும், ‘லைக்’ மற்றும் ‘ஷேர்’ செய்துகொண்டே போகும் மனிதனுடைய ‘‘சமூக ஊடக தர்மம்’’ இத்தொழிலுக்கு மூலதனமாகப் பட்டது. அப்படிப்பட்டவர்களையே தன் தூதர்களாக நிர்மாணித்தும் கொண்டார்.

குரு பெயர்ச்சியோ, சனி பெயர்ச்சியோ இல்லாமலேயே கோச்சார பலன்கள் பொழிய ஆரம்பித்தன. பர தேவதைக ளெல்லாம் ஒன்றுகூடி அவரது சுக ஜீவனத்திற்கு ‘ததாஸ்து’ என்று சொல்லிவிட்டன.

ஊடக, சமூக வலைதளங்களின் பார்வை பட, அவரது தொண்டு அந்த கையளவு பிரதிகளுக்கெல்லாம் விலை நிர்ணயம் செய்யுமளவுக்கு வளர்த்துவிட்டது.

கற்பூரம், சாம்பிராணி உள்ளிட்ட பக்தி மூலப் பொருட்களில்(!) தன் சரக்கை ஏற்றிவிட்டார். அவைகளும் பக்தகோடிகளின் மத்தியில் பிரசித்தி பெறத் தவறவில்லை.

அபிலாசைகளை மறைத்துக்கொண்டு பல்வேறு கோணங்களில் பிடிக்கப்பட்ட தனது முகம், வீட்டுப் பிராணிகள், கடவுளர்கள் போன்ற புகைப்படங்களில் ''ஒரு வாரத்திற்குள் நல்லது நடக்கும்'', ''ஏழு நாட்களுக்குள் இழவு விழும்'', நாளைக்கே கபால மோட்சம் கிட்டும்'' எனத் தன் சரக்குகளை ஏற்றி, லேட்டஸ்ட் டிரண்டில் மிரட்டல் மார்கெட்டிங் செய்யவும் கற்றிருந்தார்.

பழையசோறு, வாய்கரிசி போன்ற சமாச்சாரங்களை கூட விட்டுவைக்கவில்லை. தமிழர் பெருமையை மெருகேற்ற வேண்டுமென கங்கணம் கட்டிக்கொண்டு லோலாய் படுத்தினார். நாசாவின் ஆராய்ச்சி முடிவுகளை மேற்கோள்காட்டி அவர் கொடுத்த ரப்ச்சர்கள், தமிழர் மானத்தை தன்னிகரில்லாமல் உயர்த்தவும் தவறவில்லை.

''கடுகு, ஜீரகம், வெங்காயம், பச்சைமிளகாய் ஆகியவற்றை பொன்னிறமாக வதக்கிக் கொட்டி, கடைசியாக சிறிது அஜினோமோட்டோ சேர்த்து கிளறி இறக்கி, நுனியிலை போட்டு, ஒரு மண்டல காலத்திற்கு காக்கைகளுக்கு பரிமாற சகல தோஷங்களும்'' என்பன போன்ற அதிமுக்கிய ஜீவாதார நிவர்த்திகளும்.. மைல்கல்லாக மின்னியது.

ஸ்ரீலஸ்ரீ யின் ''சப்பிபோட்ட பனங் கொட்டையும், சன்மார்க்க நெறிகளும்'' என்ற நூலானது, வைக்கோல் கன்று வைத்து மாட்டை ஏமாற்றுபவன் முதல், மாட்டுத் தீவனத்தை வைத்து மக்களை ஏமாற்றுபவன் வரை அதிர்வலையை ஏற்படுத்தியது.

அதில் அவர் குறிப்பிடும் போது ''சப்பிபோட்ட பனங் கொட்டையின் மூலம் நமது முன்னோர்கள் மனிதனுக்கு பிறவிப் பயனை அடைவதற்கான வழிமுறைகளை உட்பொருளாக உணர்த்தியுள்ளனர். பனங் கொட்டையானது மனிதனுடைய தலையையும், இடது பக்கச் சிலும்பல்கள் முப்பிறவியின் பாவ புண்ணியங்களையும், வலது பக்கச் சிலும்பல்கள் இப்பிறவியின் கர்ம வினைகள், பந்த தொடர்புகள் ஆகியவற்றையும் மற்றும் நடு உச்சி சிலும்பல்கள் இறைவனை சென்றடைவதற்கான ஆதாரம்

என்பதையும் குறிக்கின்றன. ஆகவே, இடது மற்றும் வலது சிலும்பல்களை, மத சடங்குகள் மற்றும் சாங்கியங்களின் மூலம் உச்சியில் ஒருமுகப்படுத்த பரமாத்மா 'பக்' கென கொத்தாகப் பிடித்துத் தன்னுள் ஐக்கியமாக்கிக் கொள்ளும். இதையே சுமார் 78,400 ஆண்டுகளுக்கு முன் தமிழிலேயே எழுதப்பட்ட ''சன்மார்க்க பனை போதனா'' என்ற நூல் குறிப்பிட்டுள்ளது.''

அவரது தற்குறிப்பேற்ற போதனைகள் மற்றும் கருத்துக்களுக்கு, முன்னோர்களை துணைக்கு அழைத்துக் கொள்வதால் வாசகர்களுக்கு ஒரு பிடிப்பும், பழி பாவங்களை அவர்களது தலையில் கட்டுவதற்கும் ஏதுவாக இருக்குமெனக் கருதினார்.

மஹோன்னதம் அடைந்துவிட்டதாக அபிப்ராயப் பட்டதால் அடிபொடிகளையும், யோசித்து எழுத கொஞ்சம் தாடியையும் வைத்துக்கொள்ள நினைத்தார். எளிதாக இருந்தபடியால் இரண்டையுமே வைத்துக்கொண்டார்!

லோடு தூக்கிய உடம்புக்கு, பரிபூரண ஓய்வு சுகமாகத்தானிருந்தது.

அவருடைய பன்முகத் தன்மை, அவரை தமிழ் பிரசங்கி என்ற அளவில் கொண்டு வந்து நிறுத்தியிருந்தது. வார்த்தைகளை வைத்து செப்படி வித்தைகள் செய்யக் கற்றிருந்தார்.

தமிழ் மூன்று எழுத்து, பாருங்கள் தமிழின் பெருமையை ''அம்மா, தந்தை, அன்பு, அறிவு, உயிர்.'' என ரைமிங்காக சாதகமான வார்த்தைகளை மனனம் செய்து பட்டியலிட்டுக் கொண்டிருக்க... கூடியிருந்த கூட்டம் தமிழ் பருகி கட்டுண்டிருந்ததை கண்ட பெருமிதத்தில், முகத்தினை தடவ, ஏதோ தட்டுப்பட்டவராய்... 'மயிர்' மூன்றெழுத்து என முத்தாய்ப்பாய் முடித்தார். மொத்தக் கூட்டமும் மயிர் கூச்செறிய உணர்ச்சிவசப்பட்டுக் கிடந்தது.

தன் வாழ்நாள் சாதனையாக தாடிக்கு நிகராக தமிழையும் வளர்த்துவிட்டதாக பெருமிதம் கொண்டார்.

அவரைப் பற்றிய இந்த நினைவெல்லாம், திடீரென ஏற்பட்ட நெஞ்சுவலி காரணமாக, அந்த பிரபல இதய சிகிச்சை மருத்துவமனையில் அனுமதிக்கப்பட்டிருந்த வரை, பார்த்துவரச் செல்வதற்குள் அவரின் பூடக வாழ்க்கை லட்சணம் தோன்றி மறைந்தது.

எது எப்படியோ, பாவம் அவருக்கு எதுவும் நேர்ந்துவிடக் கூடாது.

அடிபொடிகளின் கூட்டத்தையும், பிரார்த்தனைகளையும் தாண்டி, மருத்துவமனைக்குள் நுழைந்தேன். அவரது உடல் முழுக்க குழாய்களை சொருகி வைத்திருந்தார்கள். ஏதோ ஒரு கருவி, கோடுகளையும், எண்களையும் நகர்த்தியபடி ஸ்ரீலஸ்ரீயை அளந்து கொண்டிருந்தது.

வெள்ளை கவுன்கள் அடித்து திருத்தி எழுதிக் கொண்டிருந் தார்கள். அவரது மனைவி தானும் இருக்கிறேன் என்பதை, பெருமூச்சின் மூலம் உணர்த்திக் கொண்டிருந்தாள்.

ஸ்ரீலஸ்ரீ மஹாநந்த் வெளியேறி, வேதரத்தினமே வெளிறிய முகத்துடன் அமர்ந்திருந்தார். அவரது முகத்தில் சிரிப்பின் விலாசம் தொலைந்து போயிருந்தது.

இந்த லட்சணத்தில், அடிபொடிகளுக்கு அருள்பாலிக் கவும் தவறவில்லை.

சற்றைக்கெல்லாம் அந்த அறையே பரபரப்பானது. பெரிய மருத்துவர், கத்துக் குட்டிகள் புடைசூழ வந்தார்.

முதல்முறை நெஞ்சுவலி வந்திருப்பதால் ஒன்றும் பாதகமில்லை. தவறாமல் மருந்துகள் எடுத்துக்கொள்ள பிரச்சனை இல்லை எனவும் அருளினார்.

வெகு காலத்திற்கு பிறகு, வேதரத்தினம் வேறொருவரை கையெடுத்துக் கும்பிட்டார்!

குசலத்தை முடித்து மருத்துவமனையை விட்டு வெளி யேறினேன். தலைமை அடிபொடி கூடியிருந்த கூட்டத் தினரிடம், ''ஸ்ரீலஸ்ரீ பரமாத்மாவோடு பேசிவிட்டாராம், இப்போதைக்கு அவரது விஜயம் அங்கு தேவைப்பட

வில்லையாம், இங்கேயே தங்கி இன்னும் உய்விக்க வேண்டியிருப்பதை தெரிந்து கொண்டாராம்'' என உரக்க கூறிக் கொண்டிருந்தான்.

ஜெய கோஷத்தோடு, கன்னத்தில் போட்டுக்கொள்ளும் சப்தமும் சேர்ந்துகொண்டது.

சாலையைக் கடக்க எத்தனித்த போது, செம்மறியாட்டு மந்தையொன்று என்னை கடந்து செல்ல ஆரம்பித்தது. அது முடிவிலியாக நீண்டுகொண்டேயிருப்பதாகப் பட்டது!

தொழில் தர்மம்

அன்றைக்கும் மலேசியன் சலூன் கடையில் எதிர்பார்த்த படியே, தலையிலும் முகத்திலும் முடி மண்டியிருப்பதை விரும்பாதவர்களின் எண்ணிக்கை கணிசமாக இருந்தது. கடையின் மூலையில் சிணுங்கிக்கொண்டிருந்த டிவி, அவர்களின் காத்திருக்கும் நேரத்தை சன்னம் சன்னமாய் கரைத்துக்கொண்டிருந்தது. முடி வெட்டும் நாற்காலியில் இடம் கிடைக்கப் பெற்றவர்கள் தங்களது வெற்றியின் மமதை தோய்ந்த முகத்தை, வாய்ப்பு கிடைக்கும் போதெல்லாம் ரசம் போன கண்ணாடியில் ரசித்தபடி இருந்தனர்.

கண்ணாடியை ஒட்டியிருந்த பலகையின் ஓரத்தில், தண்ணீரைப் பார்த்து சில காலம் ஆகிவிட்டதை காட்டியபடி துருப்பிடித்த இரும்பு கிண்ணம்; களிம்பேறிய பித்தளை சவரக்கத்தி; கடை ஓனர் மாணிக்கத்தின் பழைய இளமையை, கருப்பு வெள்ளையில் சொல்லும் புகைப்படம்; அதற்கு மேல் சுவரில், மேலுக்கு ஒன்றும் அணியாமல், வாடிக்கை யாளர்கள் ஆர்வமுடன் பார்க்க விரும்புவதை தனது கைகளால் மறைத்த படி, கீழுக்கு ஒரு அரை நிஜார் மட்டுமே அணிந்திருந்த மாணிக்கத்தின் இளமையை ஒத்த அந்த நடிகையின் அந்தரங்க சுவாதீனமற்ற படம், என புதுமைக்கும் பழமைக்கும் இடையேயான பனிப்போர் சூழலிலும் வியாபாரம் கனஜோராக இயங்கியது.

தனது பையனைத் திட்டிக்கொண்டிருந்த அந்த வேளையிலும், நான் காத்திருப்போர் பட்டியலில் சிக்கிக் கொண்டிருந்ததைக் கண்டுக்கொண்ட மாணிக்கம்...

‘வாங்க சார்.... என்ன சார் இப்பல்லாம் உங்க கதை புத்தகத்துல வர்றதே இல்ல... எழுதப்படாதா...’

நான் சங்கோஜப்பட்டுக் கொண்டிருந்த வேளையில், ‘சார் கதையெல்லாம் எழுதுவார்... நம்ம கடை புத்தகத்துல கூட வரும்! புத்திமதி மண்டையில உறைக்கிறமாதிரி அருமையா சொல்லுவார்.’ எனது சக காத்திருப்பாளர்களுக்கு அறிமுகம் வேறு செய்து வைத்தார். எனது பக்கத்தில் இருந்தவர் என்ன நினைத்தாரோ தெரியவில்லை சற்று தள்ளி அமர்ந்து கொண்டார்.

‘முண்டம்... புத்தியே இல்லாத உனக்கு என்னத்த சொல்லிக் கொடுத்து கரை சேர்க்கப் போறேன்... பொதுவா எதிர் ஷேவ் பண்ணாதான் திருப்திப்படும்ன்னு தெரியாதா உனக்கு. எத்தனை தடவை சொல்லியிருக்கேன். தப்பா நெனைக்காதீங்க சார்...’ ஓங்கி அவரது மகன் தலையில் வைத்தார். ஒருவழியாக என்னை விட்டுவிட்டார் என்று ஆசுவாசப்படுத்திக் கொண்டேன்.

அவரது மகன் வெட்கம் தாளமாட்டாமல், அழுகிறானா அல்லது அழப்போகிறானா என இனம் கண்டுகொள்ள முடியாதபடிக்கு முகம் கொண்டிருந்தான்.

‘உன் காலத்துல மழுங்குன கத்திய போட்டு இழுத்தப்ப வேணும்னா சரிபட்டு வந்திருக்கும். இப்ப எதிர் ஷேவ் பண்ண வேண்டிய அவசியம் என்ன வந்தது. நீயா ஒரு முடிவுக்கு வந்துட்டு அவங்களுக்கு அதுதான் பிடிக்கும்னு நம்ப வைக்கிற...’ கத்தியை தூக்கிப்போட்டுவிட்டு கண்கள் அழுததை மறைத்துக்கொண்டான்.

‘நீ எப்படியோ போய்த்தொலைன்னு விட்டுட்டு இருக்க முடியாது! நீ எங்கிட்ட தொழில கத்துகிறத மறந்திடாத. ஒரு அப்பனுக்கு உள்ள மரியாதைய தரலன்னாலும் பரவா யில்ல, ஒரு குருவுக்கான மரியாதையையாவது தரலாம்ல...’ அவர் கத்தியதில், கத்தியை கையில் எடுத்துக்கொண்டு தொழிலைத் தொடர்ந்தான்.

எனக்கு அந்த குரு சிஷ்ய சச்சரவைப் பார்த்ததும், நாதன் ஆசானின் நினைவுதான் மூண்டது. நாதன் ஆசானை நினைக்கையில் ஒரு பெருமிதம் மனதினுள் வளர்ந்து படர்கிறது. அதே அளவு போட்டிப்போட்டுக்கொண்டு அசூயையும் வளர்வதை நோக்கும்போது மனம் தாங்கமாட்டாது தவிக்கிறது.

'மணிபாரதி, நீ சாதாரணமா எங்கிட்ட எழுத்து திருத்துற வேலைப் பார்க்க வேண்டியவன் இல்லை. உனக்குள்ள இருக்கிற படைப்பாளிய தட்டிக்கொடுத்து வளர்க்க ஆரம்பி' என்று அவர்தானே எனக்குள் இருந்த எழுத்தாள ஜீவனை அடையாளம் காட்டினார்.

ஆசானின் படைப்புக்களோடு கூடவே வளர்ந்து பிரமித்து போனதுண்டு! எத்தனை தீவிரமான எழுத்து அவருடையது! அதுவும் அவரது ஆரம்ப கால எழுத்துக்களில்தான் எத்தனை வேட்கை! என்னை அடிமையாக்கி போட்டுவிட்ட மாய எழுத்து அது!

ஆசானின் ஆரம்பகால எழுத்து வீரியத்தின் அடியொட்டி தானே நான் எழுத ஆரம்பித்தேன்! அவர் விட்ட இடத்தின் நீட்சியாகத்தானே தொடர்ந்தேன். அதைக்கண்டு ஆசானுக்கு எத்தனைப் பெருமிதம்!

'எழுத்தாளர் மணிபாரதி, பின் நவீனத்துவம் வாய்ந்த எழுத்துக்கு சொந்தக்காரன். அவனால் நவீன இலக்கியம் எட்ட வேண்டிய உச்சம் ஏராளம்!' என்று என் முதல் புத்தகத்தின் முன்னுரையில் கரைந்தவர் அவர்தானே.

அவரை பின்பற்றிதான் எழுதினேன் என்பதை நான் சொல்லவில்லை என்றாலும் அந்த எழுத்தில் ஊறிய தீவிரம் ஆசானைத்தானே நினைவூட்டும். அவர் என்னை உருவேற்றிய விதம் சிஷ்யகோடி என்ற நிலைக்கு என்னை இட்டுச்சென்றது.

அதுவும் அந்த பிரபல வார பத்திரிக்கைக்கு ஆசிரியராக பொறுப்பேற்றுக்கொண்ட பிறகு ஆசானின் எழுத்துப் போக்கிலே நிகழ்ந்த மாறுதல்கள்தான் எத்தனை எத்தனை!

நாதன் ஆசான் என்று நான் வேண்டுமென்றால் சொந்தம் கொண்டாடிக்கொள்ளலாம். ஆனால் எழுத்தாளர் சந்நியாசி என்றால் அவருடைய வாசக பெருவட்டம் எப்படி யெல்லாம் உயிரை உருக்கி உறவுகொண்டாடும்!

சமூகத்தில் நடக்கவே வாய்ப்பு கம்மியான மைனாரிட்டி விஷயங்களை பூதாகரமாக்கி, மெஜாரிட்டியின் உணர்ச்சி களைக் கிளறிவிடுவது அவருக்கு வாடிக்கையாகிவிட்டது. அப்பொழுதெல்லாம் அவருடைய பேனா இலகுவாக தங்குதடையின்றி ராஜபாட்டையில் பயணிக்கும். ஆனால் நல்லதோ கெடுதியோ, யதார்த்தமாக விஷயத்தை பதிவு செய்ய என்றால், கப்பி சாலையில் பயணப்படுவது போல சங்கடப்படுகிறது. என்ன செய்ய! வெகுஜனத்திற்கும், நடக்கவே வாய்ப்பில்லாத விஷயங்களை கதைகளிலாவது காண்பதில் ஒரு ஆத்ம சாந்தி இருக்கத்தான் செய்கிறது.

இப்பொழுதெல்லாம் அவரது பேனாவின் நாக்கு வெகுஜனத் தேவைகளை சுவை கண்டுகொண்டுவிட்டது. மேலும் அது உணக்கையாக நீவிவிடவும் கற்றுக்கொண்டு விட்டது. இந்த போக்கு நல்லதா, கெட்டதா, உசத்தியா, மலினமா என என்னால் ஒரு முடிவுக்கு வர இயலவில்லை! ஆனால் அப்படிச்செய்ய மனதுக்கும் ஒப்பவில்லை.

'பொண்டாட்டிய கூட்டிப் போக வேண்டிய இடத்துக்கு, வப்பாட்டிய கொண்டு நிறுத்துன கதையா, பெரிய கத்திரிய போட வேண்டிய இடத்துல சின்ன கத்திரிய வச்சுக்கிட்டு மல்லாடுறான் பாருங்க! சுத்தப்பட்டு வருமா... கத்திரிய மாத்துடா' என நினைவு கலைத்தார் மாணிக்கம்.

அடுத்தது நான்தான் என்ற நிலையில், கடை பெஞ்சின் விளிம்பில் இருந்தேன்.

'நீங்க சண்டை போட்டுக்கிட்டு மண்டைய வறண்டுற வறண்டுல, முடியோட சேர்த்து மூளையையும் வெட்டிடுவ போலிருக்கு... அப்புறம் சாரோட கதைய படிச்சுத்தான் மூளையை வளத்துக்க வேண்டிய நிலைமை வந்திடப் போகுது!' சொல்லியபடி, நாற்காலியில் உட்கார்ந்திருந் தவர், என்னைப் பார்த்தபடி நமுட்டுச் சிரிப்பு சிரித்தார்.

அவனும், அவர் பேசட்டுமே என்கிற கோதாவில் அவரது தலையை இஷ்டப்படி திருப்புவதற்கு விட்டுவிட்டு, பக்கவாத்தியம் போல கத்தரியால் காற்றை வெட்டியபடி இருந்தான்.

'சொன்னா தெரிஞ்சிக்க போறான். வயசு கோளாறு இல்லாம, பொறுப்பா கடைக்கு வந்து வெட்டுறவனையும் கெடுத்துடுவ போலிருக்கு. பின்னாடி கடைய அவன்தான் பாக்கணும். ஞாபகம் வச்சுக்க...' அவனிடம் தலையை கொடுத்திருந்த பந்தத்தில் மாணிக்கத்திடம் மல்லுக்கு நின்றார்.

'இந்த லாயக்கு இல்லாத பயல நம்பி கடைய நடத்த முடியும்னு எனக்குத் தோணல. கடைய ஓர்ஸ் பண்ணிட்டு, வேற ஏதாவது பொழப்புல தள்ளிவிட வேண்டியதுதான். நேக்குப்போக்கு தெரியாம தொழில் பண்ண முடியுமா!'

எல்லா குருவுமே ஒரே மாதிரிதானோ!

'நேக்குப் போக்கு இல்லாம எழுத்த தொடர்ந்தா, நாலு காசு சம்பாதிச்சு பொழப்ப ஓட்ட முடியாது...' என்று நான் அந்த பத்திரிக்கை அதிபரின் கதைக்கு, விமர்சனத்தின் வழி சப்பைக்கட்டு கட்ட மறுத்தபோது ஆசான் இப்படித்தானே கடுமை காட்டினார்!

'இந்த கதையைப் படித்த எனது நண்பர், நிலைகொள்ள மாட்டாமல் அங்கும் இங்கும் நடந்தபடி, எச்சிலைக் கூட விழுங்க முடியாமல் அந்த படைப்பினால் சலனப்பட்டு பரிதவித்தார். பாருங்கள் படைப்பின் வீரியத்தை...!' என்கிற போக்கில், ஆசானின் பேனா அடுத்த சில மணிக்குள் குழைந்துக்கொண்டு விசுவாசம் மிகுந்து கசிந்தது.

ஆனால் ஆசானுடைய நண்பர், கதையைப் படித்தவுடன் அதன் யோக்கியதையை நினைத்து நினைத்து, எச்சிலைக் கூட விழுங்க விருப்பமில்லாமல் காறித்துப்பியபடியே இருந்தார் என்பதே நடந்த உண்மை!

நேக்குப்போக்கு என்பதற்கான அர்த்தமும் அப்போது தான் எனக்குப் புரிந்தது.

‘வாங்க சார், அடுத்தது நீங்கதான்! என்ன பலமான யோசனையில இருக்கீங்க. புது கதைய யோசிக்கிறீங்களா!’ மாணிக்கம் எனக்கான முறை வந்துவிட்டதை அறிவித்தார்.

‘இல்ல இல்ல! வேற ஏதோ நெனைப்புல இருந்துட்டேன்.’ நாற்காலியில் அமர்ந்ததும், அந்த ரசம் போன கண்ணாடியில் எனது முகத்தில் மமதை ஏறியிருந்தது போல தெரிந்தது.

‘ஆமாம், நீங்க நல்லா யோசிச்சுதான் கதை எழுதணும்! உங்க கதையில வர்ற மாதிரியான நல்ல மனுஷங்களைத் தேடித்தான் பிடிக்கணும். அங்கங்க கொஞ்ச பேர் அப்படி இருந்தாக்கூட போதுமே!’

எனக்கு போர்த்தியிருந்த துணியிலிருந்து முடி குத்தியதை விட, அவரது வார்த்தைகள் குத்தியதைப் பொறுத்துக் கொள்ள முடியவில்லை!

‘கடைசியா நீங்க எழுதுனக் கதையில கூட, கிழிஞ்ச கோணி கிடைச்சா கூட விடாதவன், தேடி வந்த கோடி ரூவாய தூக்கி வீசிட்டு மனசு மாறிப்போன மாதிரி சொல்லியிருந்தீங்க! ஒடம்பு சிலுத்துப்போச்சு. அப்பா! மனுசனா அவன், தெய்வம்! அதனாலத்தான் தேடினாலும் பாக்கமுடியாது! இப்படித்தான் உங்க யோசன பூலோகத்த தாண்டிப் போய்விடும் போல!’

மாணிக்கம் முடி வெட்டுகிறாரா அல்லது என்னை வெட்டுகிறாரா என்று புரியவில்லை எனக்கு.

‘என்ன செய்ய! கதை அப்படி இருந்தாதானே உங்களுக்கெல்லாம் பிடிக்குது…’ அவரது மகன் ஏதாவது தவறு செய்து மாட்டிக்கொள்ள மாட்டானா என்று கூட நினைத்தேன்.

‘கதைதானே… விடுங்க…’ தண்ணீர் தெளித்து வெட்ட ஆரம்பித்துவிட்டார்.

ஆமாம். இந்த கதைக்கு ஆசான் தானே முடிவை எழுதினார்! இந்த கதையை நான் ஒரு உண்மைச் சம்பவத்தை அடிப்படையாகக் கொண்டுதான் எழுதினேன். அந்த

லோக்கல் அரசியல் பிரமுகர்... பெண்ணியம், கண்ணியம் என்று சூரிய அஸ்தமனத்திற்கு முன்பு என்னென்னமோ பொதுவினில் பேசுவான். மங்கிய பொழுதுகளில் பெண்டாட்டிகளோடும், பெண்டாட்டி மாதிரியானவர்களோடும் சல்லாபித்துக் கொண்டுத் திரியும் அவனுடைய கதைதான். பொறம்போக்கு சொத்திற்குக் கூட ஆசைப்படும் அவன் உண்மையில் அந்த அளவிற்கு நல்லவன் இல்லைதான்.

அவனுக்கு கிடைத்த அந்த பெரும் தொகையை, அவனது நிலையிலிருந்து என்ன செய்வானோ அதைதான் முடிவாக எழுதி வைத்தேன்!

'நான் இந்த பத்திரிக்கையில சம்பாதிக்கிறது உனக்கு பிடிக்கலையா! இப்படி எழுதுனா எவன் படிப்பான். உண்மை எப்படியிருந்தாலும் நீ எழுதுறது படிக்கிறவனுக்கு 'கைத் தூக்கி' விடுற மாதிரி இருக்கனும். நான் முடிவ எழுதிக்கிறேன்! நீ கத்துக்க முயற்சிப்பன்னு!' ஆசானுக்கு, பொத்துக்கொண்டு வந்து கத்தினார்.

உண்மையில் அவன் செயலைப் பார்த்தால் எனக்கு 'கையைத் தூக்கி' ஓங்கி விட வேண்டும் போலல்லவா இருந்தது. இப்படியிருக்க நான் எப்படி ஆசானை திருப்திப்படுத்த முடியும்.

ஆசான் வற்புறுத்துவது போல எல்லா படைப்புகளிலும் நிவாரணம் வேண்டுமென்றால், நான் ஏதாவது பச்சிலை சூரண வைத்தியம் பற்றி எழுதினால்தான் உண்டு!

'சார் ஷேவ் பண்ணனுமா?' மாணிக்கம் முடித்துவிட்டதை உணர்த்தினார்.

சகலமும் மரத்துப் போயிருந்ததாலோ என்னவோ, தடவிப் பார்த்துக் கொண்ட பிறகும் 'வேண்டாம்!' என்றபடி எழுந்தேன்.

'சார் கிட்ட காச வாங்கி, மீதிய கொடு' என்றார் தனது மகனிடம்!

'வாங்க சார்!' தொழில் தர்மப்படி சிரித்துக்கொண்டு மீதியைக் கொடுத்தவன், தொழிலைத் தொடர்ந்தான்.

கடையிலிருந்து வெளியேறினேன், பிரம்மாவின் தொழிலைத் தொடர்வதற்காக!

★ ★ ★

கவிஞர் கற்பூரத்தின் கவிதைகளும் கோமதியின் கோலமாவும்

'அன்பே, உன் இரசவாதப் புன்னகையால் என்னுள் பல இரசாயன மாற்றங்கள்'

'சீ..சீ கவிதை இலக்கிய சிருஷ்டியல்லவோ நடக்கிறது.'

அன்பே!

உன்

இரசவாதப்

புன்னகையால்!

என்னுள்

பல

இரசாயன

மாற்றங்கள்!

'ஆஹா! காதலினிலே ஒரு அறிவியல்! இந்த துரிதகதி உலகத்திற்கு இந்த இலக்கிய கடாக்ஷம் போதாதோ? மண்ணாங்கட்டி!' தனது இலக்கிய சேவைக்கு தற்காலிக முற்றுப்புள்ளி வைத்தார் கவிஞர் கற்பூரம்.

சிறுவயது முதல் எல்லோருக்கும் தெரிந்த அவரது பெயர் என்னவோ இராமசாமி தான். கவிஞர் இராமசாமி என்பது தனது இலக்கிய தரத்திற்கு சற்று குறைவு என்று அவர் கருதியபடியால், 'கவிஞர் கற்பூரம்' என, புனையும் தொழில் என்பதனால் புனைந்து கொண்டார்.

தமிழோடு மல்லாடுவதை விட, சொல்லிக் கொள்ளும் படியாக வேறொன்றும் தொழில் இல்லை கவிஞருக்கு.

கவிஞரைப் பொறுத்தவரை கடைத்தேறு படல மெல்லாம் தாண்டியாகிவிட்டது.

சிறு பிராயத்தில் நண்பர்களின் விடலைக் காதலுக்கு தூது சென்றுகொண்டிருந்த கவிதைகள், இப்பொழுதோ, சிறு குறு பத்திரிக்கைகளிலே பக்கங்களை இட்டு நிரப்பி கலைச் சேவை புரிந்து கொண்டிருக்கிறது.

அவருக்கென்று ஒரு வட்டம். அதில் சிலநூறு பேர்களுக்கு அவரது பெயர் பரிச்சயம். காளிமுத்து அண்ணாச்சி புரொவிஷனல் ஸ்டோரில், பற்று கணக்கு வைக்க அனுமதிக்கும் அளவிற்கு பிரபலம். போதாதோ!

சதாசர்வ காலமும் வெள்ளை ஜிப்பா உடை அணிந்திருப் பதினால் அவர் ஒரு இலக்கிய கர்த்தா எனவும் கொள்ளலாம்! சூழலுக்கு ஏற்ப, தமிழை எந்த நிலைக்கும் தள்ள தன்னை சமரசம் செய்துகொண்டதை குறிக்கும் விதமாகவும் கொள்ளலாம்.

கவிஞரது மனைவிக்கோ அவரது கவிதை சிருஷ்டியின் மீது அபார பிரேமை. எந்த அளவிற்கு என்றால், அவரது இலக்கிய தரத்திற்கு பூரணத்துவம் தரும் வகையில் இல்லாமல் சிருஷ்டியாகும் படைப்புகளை கூட கசக்கி உருட்டி போட்டுவிடக் கூடாது என்பது அவளது அன்புக் கட்டளை. கசங்கிப்போன தாள்களின் எடைக்கு கோலமாவு கொடுக்க மாட்டான் என்பது அவளது உச்சபட்ச ஆராய்ச்சியின் முடிவு!

கவிஞரது நடை கூட கவிதை நடைதான்!

இரண்டடிக்கே தயங்கித் தயங்கி கடன்காரர்களை எதிர்கொள்ள, அது குறள் வெண்பா நடை!

இருட்டினில் சிருஷ்டி ரக ஆராய்ச்சியில் ஈடுபட, ஏற்கனவே அதன் பயனாய் விளைந்த மூன்று உருப்படி களையும், மூன்று அடியில் சர்வ ஜாக்கிரதையாக தாண்டி நடக்க, சிந்தியல் வெண்பா!

எவ்வித இலக்கணத்தையும், தெருப்புழுதியையும் இலட்சியம் செய்யாது தன் போக்கிற்கு இலக்கியத்தில் சிலாகித்து நண்பர்களோடு நடக்க, புதுக்கவிதை!

நடையினில் இருக்கும் இந்த புழுதியையோ, இலக் கணத்தையோ கவிஞரது கவிதையில் எதிர்பார்ப்பது அறியாமையின் உச்சம்!

தன்னைச் சுற்றி காண்பன யாவையும் கவிதைதான் என்பது கவிஞரது அதீத நம்பிக்கை. அதற்காக எப்பொழுதும் மோட்டுவளையை வெறித்துக் கொண்டிருந்தது, அவரது மனைவி கோமதிக்கு சற்று மனத்தாங்கல்தான்.

சக குடும்ப ஸ்த்ரிகள் போல தன்னால் தனது கணவனின் வேலையை மற்றவர்களிடம் சொல்லி புளகாங்கிதப்பட்டுக் கொள்ள முடியவில்லை என்பது அவளது நெஞ்சின் நெடு நாளைய பாரம். அதனை கவிஞருக்கு சோறு போடும்போது தட்டை தூக்கி அடித்து தற்காலிகமாக தரையில் இறக்கி வைப்பாள். பழையது கூட சுடும்!

அவளது இடிக்கு இந்நேரம் இடிதாங்கியாக இருந்திருந் தால் கூட அதற்கு கபால மோட்சம் கிட்டியிருக்கும். கவிஞரோ கவலையை கலையாக மாற்றும் வல்லமை படைத்தவர் அல்லவா? இலக்கியவாதியாயிற்றே!

''தட்டுத் தட்டாய்
தட்டி விடுகிறாய் உனது அன்பினை! அது
பட்டுப் பட்டு ரணமாய் ஆக
கட்டுப் பட்டு நிற்குமா என்ன என் கலை மனசு! உடல்
வெட்டுப் பட்டு போனாலும் - மிதி
பட்டு விட்ட நாய் போல கவிதை என்னை துரத்தாமல்
விட்டு விடாது கண்மணியே! கோமதியே!''

என்று கலைச் சேவகம் பண்ணிவிடுவார் கவிஞர்.

என்னதான் இருந்தாலும் இந்த சிறு குறு பத்திரிக்கை களிலே புரியும் கலைச்சேவை, புகழ் சேர்த்து உபாயம் செய்தாலும், நண்பர்கள் புடைசூழ தமிழ் பருகினாலும்,

குடும்பத்தின் மீது வைக்க முடியாத பற்றை அண்ணாச்சி கடையில்தான் வைக்க முடிந்ததே தவிர, வரவு வைக்க வாய்ப்பு கிட்டவில்லை.

கவிஞரது சொற்ப வருமானமும், இலக்கியப் பணியின் பால் மட்டுமே இருந்த கவனமும் அவரது மனைவிக்கு ஒருவித சலிப்பை ஏற்படுத்தியது. அவரால் தனக்கும், குழந்தைகளுக்கும் கிடைக்க வேண்டிய நியமான ஏதோ ஒன்று குறைபட்டுப் போவதாக உணர்ந்தாள் அவள்.

அவள் தனது தேவைகளை வெளிக்காட்டினால் கூட, கவிஞரின் கலைக் கண்களுக்கு 'அது' உணர்ச்சி மிகுந்த ஒரு புதிய இலக்கிய படைப்புக்கான உந்துதலாகவே அமைந்து தொலைத்தது. 'அது' எப்படியும் வாசகர்களுடைய இரத்தத்தையும் சதையும் சேர்த்து பிசைந்து உணர்ச்சி கூட்டும் என்பது அவரது குறைந்த பட்ச நம்பிக்கை. அவளுக்கோ தனது உணர்ச்சிகளுக்கு வடிகால் கிடைக்காதா என்ற குறைந்த பட்ச எதிர்பார்ப்பு.

இலக்கிய நண்பர்களால் அவரது செவிகள், தேனொழுக இலக்கிய உலகில் சஞ்சரித்தாலும் யதார்த்த பொழுதுகளை வீட்டில்தானே கழித்தாக வேண்டும்? கசந்தது உறவும், யதார்த்தமும்.

வருமானம் வேண்டி தனது கலையை வைத்து நாலு காசு பண்ண திரையுலகம் தானே சரியான இடம் என்பது அவரது நெடுநாளைய கணிப்பு.

தமிழை சம்மட்டி இல்லாமலும், இரத்தம் வராமலும் தனது பேனாவினால் வளைத்து நெளிக்கும் வல்லமை படைத்தவராயிற்றே! பிறகென்ன!

அவரது வாசக நண்பரின் மூலமாக திரை வாய்ப்பும் கிட்டியது.

கவிஞர் தனது வரிகள் வெகுஜனத்திற்கு இலக்கியம் கற்பிக்க போவதை எண்ணி செம்மாந்து நின்றார்.

முதல் நாள்! முதல் அனுபவம்! படக்குழுவினரோடு கதாநாயகன் மற்றும் இதற்கு முன் தனது காதல் ரக

கவிதைகளுக்கு உந்துதலாய் அமைந்த கதாநாயகி! அவர் பேனா வழி செய்யவேண்டியது காதல்! டூயட் சாங்!

கவிஞருக்கு கட்டுப்பட்ட தமிழ்! கட்டுப்படாத காதல்! போதாத குறைக்கு இஷ்ட கதாநாயகி வேறு! இதற்கு மேல் என்ன சூழல் வேண்டும்? பேனா காதலில் கசிந்து பிசுபிசுத்தது...

'சேலை வெளியில் மறைந்து தெரிவது இளம்பிறை இடையோ!

அது என்னைத் தாக்க திரண்டு வந்த பெரும் படையோ! ' என கவிஞர் ஏகத்திற்கு பல்லவி வைக்க... கதாநாயகி தன் இடையை சொறிந்தவாறே, அவளது சமீபத்திய வெளி நாட்டு தோல் சிகிச்சை நினைவுக்கு வர, அதைத்தான் கவிஞர் குத்திக் காண்பிக்கிறார் என உஷ்ணமானாள்.

அந்த உஷ்ண வெளியிலும் நமது கவிஞரது பேனா தமிழை சகட்டுமேனிக்கு வாரியிறைத்தது.

'அது இப்படி வறுமையில் இளைத்திருக்க உனக்கு என்ன பணமுடையோ!' என்று கணநேரத்தில் முன்னதுக்கு மாற்றாக பல்லவியை முடித்து வைத்தார்.

கவிஞருக்கோ தனது பொருளாதார நிலைமையை சொல்லி, அட்வான்ஸின் அதி முக்கியத்துவத்தை நினைவூட்டியதில் ஒரு நிம்மதி!

அந்த கதாநாயகிக்கோ தனது அழகின்பால் கர்வம் மிக, முகத்தில் ஒரு பொலிவு!

கதாநாயகனுக்கோ தனது எண்ணம் அப்பட்டமாய் அவரது வரிகளில் வெளிப்பட, புன்னகையில் ஒரு கல்மிஷம்!

அந்த படக் குழுவினருக்கோ, சகட்டுமேனிக்கு காட்டாறு போல பாயும் கவிஞரின் தமிழ் கவிதை வளத்தின் மீது ஏற்பட்ட நம்பிக்கை!

ஆஹா! கவிஞரின் இலக்கிய படைப்பின் பரிமாணம் தான் எத்தனை! எத்தனை!!

அண்ணாச்சி கடையின் சங்காத்தத்தை முறித்துக் கொள்ளு மளவுக்கு கையில் கொஞ்சம் காசு புரள ஆரம்பித்துவிட்டது.

போதாத குறைக்கு 'காதல் வல்லரசு' என டைட்டில் கார்டில் அடைமொழி வைக்கும் அளவிற்கு பிரசித்தம் வந்துவிட்டது.

தமிழ் திரையுலகில் பாடல் எழுத வேண்டுமென்பதால், நிறைய ஆங்கில புலமையும் பெறவேண்டியிருந்தது! கவிஞர் சளைத்தவரில்லை. சமாளித்தார்.

விக்கிபீடியா, என்சைகிளோபீடியா என கவிஞரது அறிவுச் சுடர் கொழுந்துவிட, உலகளாவிய விஷயங்களை பட்டித் தொட்டிகளுக்கெல்லாம் பரப்ப கங்கணம் கட்டிக்கொண்டு நின்றது அவரது பேனா!

இந்த திரை வெளிச்சம் கவிஞரது பழைய படைப்புகளின் மீது விழுந்து மவுசு கூட்டியது.

கவிஞரது கலையுலக வளர்ச்சி, கோமதியின் கோலம் முனிசிபல் தெருவை மறைக்கும் அளவிற்கு விஸ்தாரமாய் வளர்ந்ததில் தெரிந்தது!

கோலமயில் நீ வரைந்த
கோலமது, சத்தியமாய் நான் மட்டுமே ரசித்த உன்
கோலம் அது! அந்த
கோலம் மது!
பெண்ணே!
உனக்கும் கோலத்திற்கும், கொண்ட
புள்ளிகளிலே எத்தனை வித்தியாசம்!
புள்ளிவைத்த கோலமெல்லாம் சிக்கலென
சொல்லிவைத்தது பெண்ணே உன்னால்தானோ!
முனிசிபல் தெருவை உன் கோலம் கொண்டு மறைத்து
சனி பயல் என்னை நிரந்தரமாய் பிடிக்க
தனிப் புயலென எனைத் தாக்கி - உன் பாதம்
பணித்தலே பணி என்றதே காதல்!

பெண்ணையும் கோலத்தையும் ஒப்பிட்டு கவிஞர் கவிதை படைத்தது, வறண்டு போன திரையுலகிற்கு தண்ணீர் தெளித்து கோலம்போடாத குறைதான்!

இந்த திரையுலக சஞ்சாரத்தினால் கவிஞரின் பொருளாதார நிலையை தவிர்த்து, குடும்ப உறவுச் சூழலில் ஒரு மாற்றமும் நிகழவில்லை. நேரம் போதவில்லை. மோட்டுவளைக்கு பதில் தனது ஆபிஸின் ரூப்சீலிங்கை வெறித்துப் பார்த்தபடி கலை வளர்த்தார். அவ்வளவுதான்.

கோமதியின் நிலையோ வெகு மோசம். கை காய்ந்து கிடந்த போது, ரேஷன் கார்டு சொல்லியது போல குடும்பத் தலைவர் என்கிற முறையில் வீட்டிலாவது இருந்தார் கவிஞர். கொஞ்சம் பசையேறிவிட்ட தற்போதோ, இருட்டிய பின் வந்து, விடிவதற்கு முன் வீட்டை விட்டு அவர் புறப்பட்டு செல்வது வேறு மாதிரியாக தொனித்தது அவளுக்கு.

'காதலையும், போதனைகளையும் ஊருக்கெல்லாம் மானாங் கன்னியாக வாரியிறைக்கும் அவன், தனது உணர்ச்சிகளின் வீச்சினை பேனா வழி தனித்துக் கொண்டுவிடுகிறானோ?' என்று பெருமூச்செறிந்து கொள்வாள்.

கவிஞரின் பொருட்டு தனக்கு கிடைக்கும் சிறிய சலுகைகள் கூட அவளுக்கு ஒருவித அசூயையை அளித்தது. உறவுக்கான அடிப்படைத் தேவைகள் போய் அங்கீகாரத்திற் கான தேவை அதிகரித்துவிட்டதாக கோமதி உணர்ந்தாள்.

வாரிசுகள் இன்றி இக உலகிலே இருந்துவிடலாம், திரையுலகிலே இருந்துவிட முடியுமோ? கவிஞரின் கலையுலக வாரிசுகள் என்று சொல்லிக்கொண்டு யார் யாரோ வந்துபோனார்கள். கவிஞருக்கு சொந்த வாரிசுகளை விட அவர்களது மேல் சிலாக்கியம் அதிகமாய் இருந்தது.

பணம் என்ற ஒற்றை விஷயத்துக்காக மட்டுமே அவரோடு ஒட்டியிருக்க அவளுக்கு விருப்பமில்லை. அவரது அடையாளம் இல்லாமல் கௌரவமாக எங்காவது சென்று வாழலாம் என முடிவெடுத்துவிட்டாள்.

ஊரறிய கைப் பிடித்தாய் என்னை
பாரறிந்த மணமென்னும் பெயரினால்
வெளிச்சத்தில்!
குருட்டு காமத்தினாலே
உருப்படிகளை தந்து தள்ளிவிட்டுவிட்டாய்
இருட்டினில்!
'உனை நீங்கி ஒருபொழுதும் உயிர்வாழ
உண்பேனா.. உண்பேனா?' என்ற நீதான்
என் உயிர் நோக, உணர்ச்சி சாக
'என் பேனா.. என் பேனா' என்றே
விலக்குகிறாய் என்னை!
வீட்டினில் உள்ளதை எடுத்து
காதல் சந்தையிலே விற்கிறாய்!
சம்சாரியை வைத்துக்கொண்டு
சப்பரமாய் சுமந்து விடலாம் காலச் சக்கரத்தை!
வியாபாரியை வைத்துக்கொண்டு!
என்மானம் காக்க
தன்மானத்தோடு போகிறேன்!
உன்னாசை தீர்க்க எனக்குள் விளைந்த
தன்னாசை தீராத வாரிசுகளோடு போகிறேன்!
பண்ணாசை தீராத உன்னோடு
பெண்ணாசை தீர்க்கச் சொல்லாமல் போகிறேன்!
கண்ணே! கற்கண்டே! கற்பூரமே!

கவிஞருக்கு உச்சி மண்டையில் சுளீர் என்று பட்டது.

'கட்டுத்தறி கூட பாடிய நமது பரம்பரையில், இவள் கவிபாடியது ஒன்றும் பெரிதில்லை' என தன்னைத் தேற்றிக் கொண்டார்.

'இந்த கலை தாகம் வரமா? சாபமா?' அவரது மனதில் குடைந்தது.

இதெல்லாம் கொஞ்ச நேரம்தான். இந்த தத்துவ விசாரம் கொண்டு உயிர் பிழியும் படைப்பை தன்னால் கொடுத்து விட முடியும் என தீர்க்கமாக நம்பினார். முகம் ஒருவித பிரகாசம் அடைந்தது.

பேனா அழத் தொடங்கியது!

அவர் கலை தாகம் அடங்காமல் இன்னும் பற்பல படைப்புகளை சிருஷ்டிப்பார்.

கோலமாவு வாங்கத்தான் கோமதி அங்கில்லை!

மன இருட்டு

மெல்ல மெல்ல குளிரை அள்ளிக் கொண்டுவந்துச் சேர்க்கும் லேசானக் காற்று, எதிலுமே ஒன்றாத ஏகாங்கியாய் நிற்கும் மனது, சற்று வெதுவெதுப்பு தரும்முகமாக, மணமாகி மூன்று நாட்களே ஆன மனைவி என அந்த வனாந்திரத்தினூடே தேன்நிலவு இப்படி இருக்க வேண்டுமென அவன் எதிர்பார்த்ததுதான்.

ஆளரவமற்ற மலைக்காட்டுப் பகுதி. அடர் காட்டினூடே பிரத்தியேகமாக நிர்மாணிக்கப்பட்ட விடுதி. சொற்பமான மனித பாஷையை மீறி, மற்ற ஜந்துக்களின் வரம்புக்கு மீறிய பரிபாஷைகள் மட்டுமே ஒழுங்கின்றி எதிரொலித்தன; மிரட்டின. செல்ஃபோன் கூட அதுவாக இஷ்டப்படும் போது மட்டுமே வெளி மனிதர்களோடு பேசியது.

அவளுக்கு முதல் அனுபவம்; ஒரு ஆணுடனானத் தனிமையோடு, அந்த வனாந்திரத்தின் கோர அமைதியும் சேர்ந்துகொண்டு மிரட்சிகொள்ள செய்தது. அந்த மிரட்சியின் அழகில் அவன் வயப்பட்டான்; அதை பிரகடனப்படுத்தினான்; அவள் சிணுங்கினாள்; அது எதிரொலித்தது!

இரவு!

அதுவரை இருந்த ஒருசில வேலையாட்களும் சென்றுவிட, அந்த விடுதியை ஒட்டிய சிறிய அறையில் பெர்னாண்டஸ் மட்டுமே உறங்கிக்கொண்டிருந்தான். கறுத்து, முகம் உட்பட முறுக்கேறிய தேகம் அவனுடையது. அவனுடைய ஏகபோக கண்காணிப்பிலேயே அந்த விடுதி இரவுப் பொழுதைக் கழித்துக்கொண்டிருந்தது.

விடுதியினுள் இருவர் உறங்கவில்லை! அந்தத் தனிமை அவனுக்கு மோகம் நிறைந்த மூர்க்கத்தை அளித்தது. அவளுடைய வெதுவெதுப்பான தேகம் தகிக்கத் தொடங்கியது! உடல்களின் தேவை விஸ்தாரமாகி அவர்களை விழுங்கத் தொடங்கியது.

அவளது உடலிலே ஒரு நடுக்கம்; விலகினாள். வெளியில் இருத்த மரங்களின் மீது ஏதோ பிராணிகள் நடமாடுவது போன்ற அரவம்; அவளை அச்சுறுத்தியது. அவளை ஆசுவாசப்படுத்த ஜன்னலைத் திறக்க, வெளியில் அடர்ந்து வழிந்த இருட்டைத் தவிர வேறொன்றுமில்லை.

வெளியில் இருந்த இருட்டு அவளது கண்களுக்குள் குடிகொண்டுவிட்டது. திகில்.

அவள் தண்ணீரைக் குடித்து தன்னை ஆசுவாசப்படுத்திக் கொண்டாள். திறந்த ஜன்னல் வழி இருட்டு உள்ளே நிரம்புவது போல இருந்தது அவளுக்கு. அவனை அணைத்த படியே கண்களை மூடிக்கொண்டாள்.

வெளியில் ஏதோ ஒரு அசைவு; இம்முறைக் காற்று. காற்று இதமாய் இல்லாததுபோலத் தோன்றியது அவளுக்கு. காற்றிலே ஒரு கந்தம். பரிச்சயப்பட்ட கந்தம். அத்தர் வாசனை வீசியது.

அவள் எழுந்து விறைத்தபடி உட்கார்ந்து கொண்டாள். நடுங்கினாள்!

'ஏதோ வாசனை' அவனை இறுக்கமாகப் பற்றிக் கொண்டாள்.

'ஆமாம்... அத்தர் வாசனை...' என்றபடி அவனது கைகளில் நடுக்கத்தை உணர்ந்தான்.

ஜன்னலுக்கு வெளியே காற்றில் அசைவில்லை. அத்தர் வாசனை அதிகமாகிக் கொண்டே போய் இல்லாமல் போய்விட்டது.

அவன் மெல்ல எழுந்தான். அவளும் கூடவே பின் தொடர்ந்தாள். அறையின் கதவைத் திறந்துகொண்டு

வெளியே வர, பெர்னாண்டஸின் அறை திறந்து கிடந்தது. அவன் இல்லை.

'பெர்னாண்டஸ்...' கண்களை மூடியபடி அவன் கத்தினான்.

தூரத்தில் லாந்தர் விளக்கோடு யாரோ வருவது தெரிந்தது. பெர்னாண்டஸ் வந்துவிட்டான். அந்த இருட்டில் பயப்படும்படியாக இருந்தான்.

'என்ன சார்.... ரொம்ப நாழியா தேடுறீங்களா?' அறைக்குள் சென்றான்.

'உனக்கு அத்தர் அடிக்கிற பழக்கம் உண்டா...'

'நீ வேற சார்...' சிரித்தான். ஏதோ சொல்ல வந்தவன், 'இந்த நேரத்துல வெளிய என்ன சார் வேல... ஏதாவது வேணுமா...' என்றான்.

'வேண்டாம். கொஞ்சம் முன்னாடி, ஜன்னல் பக்கம் ஏதோ நடமாடுற சப்தம் கேட்டது. கொஞ்ச நேரத்தில் அத்தர் வாசனை வீசுச்சு... வேற யாராவது இங்க வருவாங்களா...' கேட்டபடி பெர்னாண்டஸின் முகத்தையே கூர்ந்து கவனித்தான்.

அவனது நிறத்திற்கு கொஞ்சமும் சம்பந்தம் இல்லாத வெள்ளை நிற பனியன், அவனது முக பாவத்தை சரியாக கணிக்க முடியாமல் செய்தது. குட்கா எச்சில் கடைவாயில் வழிந்து பளபளத்தது மட்டுமே தெரிந்தது.

'இங்க.. உங்களையும் என்னையும் விட்டா மனுஷங்க ஏது... மனசப் போட்டு குழப்பிகாத சார்...' வாயாக பாவித்து, லாந்தரை அடக்கினான்.

பெர்னாண்டஸின் இடது விலாப் பகுதியில், கோடாக ரத்தக்கறை ஒட்டியது போல இருந்ததை அப்பொழுதுதான் கவனித்தான். மங்கிய ஒளியில் சரியாக எதுவும் புலப்பட வில்லை. அவன் போர்வையைப் போர்த்திக்கொண்டு, 'நிற்காதே, கிளம்பு' என்று செய்கை வழி உணர்த்தினான்.

அவனுக்கு வியர்த்துக்கொண்டு வந்தது. அவளிடம் இதை இப்பொழுது சொல்லக்கூடாது என்று தீர்மானித்துக் கொண்டான்.

அவளுக்கு பயத்தில் லேசாக உடம்பு காய்ந்தது. அவனுக்கு உறக்கம் பிடிக்கவில்லை. சிகரட்டை பற்ற வைத்துக்கொண்டு, புகையை துணைக்கு வைத்துக் கொண்டான்.

அவள் மூச்சு திணறியது போல இருந்தது. அவன் உட்கார்ந்தபடியே சிறிது கண்ணயர்ந்தான்.

திறந்திருந்த ஜன்னல் கதவு வேகமாக படபடக்க, அவள் அலறிக்கொண்டு எழுந்தாள்.

கைகளை, ஜன்னல் பக்கமாகக் காட்டியபடியே அலறினாள்.

'யாரோ...யாரோ... வெளியே...' உடல் நடுங்கியபடி, கைகளால் தலைமுடியை கலைத்துக் கொண்டு கத்தினாள்.

அவனுக்கு ஒன்றும் விளங்கவில்லை.

'வெள்ளை உருவம்.... பாருங்க...' என்றபடி படபடத்த ஜன்னல் பக்கம் பார்த்து, திக்கியபடி மூச்சிரைக்க அழுதாள்.

அவனுக்கும் ஒன்றும் புலப்படவில்லை.

ஜன்னலின் படபடப்பு ஓய்ந்தது.

மெல்லிய காற்று ஜன்னல் வழி வந்தது.

அத்தர் வாசம்!

அவள் அயர்ந்து அடங்கியிருந்தாள். அவளது உடலில் லேசான நடுக்கம் இடைவிடாது ஊர்ந்து கொண்டே இருந்தது;விசும்பியபடி இருந்தாள்.

அவன் மௌனா பிடித்தது போல வெளியே நடந்தான்.

அந்த சிறிய அறையில் பெர்னாண்டஸ் அசந்து உறங்கிக் கொண்டிருந்தது மங்கிய லாந்தர் வெளிச்சத்தில் தெரிந்தது.

அவனை எழுப்ப அவனுக்கு பயமாக இருந்தது.

அவளை அணைத்தபடி உட்கார்ந்து கொண்டான். அவன் உடல் அவளது உடலுக்கு இணையாக நடுங்கியது.

விடிந்தது!

வெளிறிப்போயிருந்த அவர்களது முகங்களுக்கு முன்னால், கீழ்வானத்தின் வெளுப்பு ஒன்றும் பிரமாத மில்லை.

அவளுக்கு உடல் நன்றாக காய்ந்தது; முனகினாள். அவன் தேரிகொண்டது போல இருந்தான்.

பெர்னாண்டஸ், குளித்து வேறு உடை மாற்றிக்கொண்டு காபி கொண்டு வந்திருந்தான்.

அவர்களின் நிலையை அவன் பெரிதாக பொருட்படுத்த வில்லை.

'குட்மார்னிங் சார்.... ராத்திரி சரியா தூங்கல போல... சூடா காபி குடிங்க... சரியாயிடும்' குறும்பாக சிரித்தபடி வெளியேறினான். குட்கா வாடை குறையவில்லை.

வெளியில் நின்றபடியே அவர்களை சிறிது நேரம் பார்த்தவன், பின்... சென்றுவிட்டான்.

வேலையாட்கள் ஒவ்வொருவராக வர, கொஞ்சம் ஜன நடமாட்டம் இருந்தது. அவனுக்கு ஒருவித மன தைரியத்தைக் கொடுத்தது.

இரவு நடந்ததைப் பற்றி யாரிடமும் கேட்பதற்கு அவனுக்கு தைரியம் வரவில்லை. பெர்னாண்டஸ் மீது ஒருவித பயம் அவனையறியாமல் ஏற்பட்டிருந்தது.

அவள் கொஞ்சம் தேறியிருந்தாள். அவன் எவ்வளவு சொல்லியும் எடுபடவில்லை.

'இப்போவே ஊருக்கு போக வேண்டும்...' பிடிவாதமாய் சொன்னாள்.

தேன்நிலவு திட்டம் முடிவு செய்திருந்ததை விட சுருக்கிக் கொள்ளப்பட்டதில், அவனுக்கு கொஞ்சம் தாங்கல் தான்.

புறப்பட்டபோது அந்த அறையை நோக்க, இரவு நிகழ்வுகள் அணிவகுத்தன. மயிர் சிலிர்த்துக் கொண்டதை அவனால் கட்டுப்படுத்த முடியவில்லை.

விடுதியின் ஜீப்பில் ஏறிக்கொள்ள, புறப்படத் தயாரானது.

'சார்... சார்... நில்லுங்க..' பெர்னாண்டஸ் அறையி லிருந்து ஓடிவந்தான்.

'எல்லாத்தையும் பத்திரமா எடுத்துப்போக மாட்டீங்களா... கத்திய விட்டுப் போறீங்களே...'

இரவு பழம் நறுக்கியவுடன் கட்டிலின் கீழே வைத்தது ஞாபகம் வந்தது. வாங்கிக்கொண்டான்.

'பார்த்து சார்... பத்திரம்...' என்றபடி கிளம்புவதற்கு கூட பொறுக்காமல் விடுதிக்குள் சென்றுவிட்டான் பெர்னாண்டஸ்.

வண்டி புறப்பட்டது.

கத்தியில் அத்தர் வாசம்!

அவனது உடல் நடுங்கியது! வியர்த்து கைகள் நனைந்தன.

யாரும் பார்க்காத நேரத்தில், கத்தியை வண்டிக்கு வெளியே புதரில் வீசினான்.

வீட்டிற்கு வந்தும் கைகளை கழுவியபடியே இருந்தான். வாசம் நீங்காமல் இருப்பதாக பிரமை அவனுக்கு.

இருவருக்குமே அங்கிருந்து வந்துவிட்டது, ஒருவித மன மாற்றத்தை தந்திருந்தது. அவர்கள் சற்று தெளிந்திருந் தார்கள்.

மாலை நேரம்... வாசலில் இருந்த முல்லைக் கொடியில் பூக்கள் வரிசைக்கட்டிக் கொண்டு ஏளனம் செய்வதாகத் தோன்றியது அவளுக்கு.

அவர்களுக்கு அந்தி நெருங்க நெருங்க, முதல்நாள் சம்பவங்கள் கோர்த்துக்கொண்டு நினைவில் புரண்டன. அவன் தன்னை அடக்கிக் கொண்டு அவளை ஆசுவாசப் படுத்தியபடி இருந்தான்.

இரவு! நட்சத்திரங்கள் மட்டுமே நிறைந்த தெளிந்த வானம். இருள் சளைக்காமல் பெருக்கெடுத்தது.

அவர்கள் எதுவும் பேசிக்கொள்ளவில்லை. அவர்களை அறியாமல் தூக்கம் அவர்களது நினைவுகளை களவாடிக் கொண்டுவிட்டது.

நடு நிசி!

'வெள்ளை உருவம்... ஐயோ...' அவள் வாய்விட்டு அலறியபடி எழுந்தாள். சுவாசம், அவளது மார்பை கிழித்துக் கொண்டு வருவது போல முயற்சித்தது; அவள் அடங்க மறுத்தாள்.

'நீ ரொம்ப பயந்திருக்க... ஒன்றும் இல்லை... இது நம்ம வீடுதான்...' அவளை அரமடக்கினான்.

அவளுக்கு தண்ணீர் கொடுக்க அடுப்பங்கரைக்குச் சென்றான். ஜன்னல் வழி லேசாக காற்று விசும்பியது. யாரோ அழுவது போல இருந்தது.

நன்றாக உற்று கவனித்தான். ஒன்றும் விசேஷமாக இல்லை.

திடீரென அத்தர் வாசனை!

கைகளை முகர்ந்து கொண்டான்.

'இன்னும் போகவில்லை...' தனக்குள்ளே சொல்லிக் கொண்டான்.

உடல் வியர்த்திருந்தது.

எப்போது தூங்கினார்கள் என்று அவர்களுக்குத் தெரியாது.

காலை!

பயத்தை போக்குவதாக இருந்தது.

வெளியில் வந்தவன், முல்லைக் கொடியின் அடியில் ஏதோ இருப்பதாகத் தோன்ற, கைகளில் எடுத்துப் பார்த்தான்.

வெள்ளை பனியன்! இடது விலாப் பகுதியில் ரத்தக் கறை!

கைகளிலே அத்தரின் கந்தம்!

★ ★ ★

வேதாளம் சொன்ன வேதாந்தம்

எந்தவிதமான முகாந்திரமும் இல்லாமலேயே, குழம்பிய மனோநிலையில் அந்த சாலையில் பயணிப்ப தாகவே பட்டது.

இருப்பினும் வெவ்வேறு காலச் சூழலில் கடந்துபோன சம்பவங்கள், நான் பயணிப்பதற்கான காரண காரியங்களை கூட்டிக் கொண்டு, நியாயம் கற்பித்தபடியே இருந்தன.

இரவா, பகலா என இனங்கண்டுகொள்ள முடியாத படியான சூழலாகவே இருந்தது. அப்பொழுது உள்ளூர் தாமரை குளத்தைத் தாண்டி, நாலாங்கட்டளை நோக்கிய பரிச்சயப்பட்ட வண்டி சுவட்டில் செல்வதாகவேப் பட்டது.

வரத்துபோக்கு குறைவாக உள்ள அதே சுவட்டில் நடையைக் கட்ட, பக்கத்து ஊர் ஜனசந்தடி உள்ள இடத்திற்கு இட்டுச் சென்று, தினசரி லௌகீகத்தில் நம்மை ஐக்கியப் படுத்திவிடும்.

வண்டிச் சுவட்டின் இரு மருங்கிலும் அழகிய விருட்சங் களும், பூத்துக் குலுங்கும் நறுமண மலர்ச் செடிகளும் இருக்காது. ஊர் வியாதி மொத்தத்திற்கும் சகல ரோக சஞ்சீவிகளான சில நாட்டு வைத்திய செடிகளும், பங்குனி வெயிலுக்கு ஒதுங்க, பர்லாங்குக்கு ஒன்றாக கோணல் பனை மரங்களும் மட்டுமே உண்டு. மனித சஞ்சாரம் இல்லாத ஒரு இடத்தில், பாடல் எதுவும் பெறாத சிதிலமடைந்த நிலையில், கைலாச வாசருக்கு ஒரு ஸ்தலமும் இதில் அடக்கம்.

அப்பொழுதெல்லாம், நாலாங்கட்டளையின் ஸ்தல விருட்சமான ஒதிய மரத்தில், கரிச்சான் குருவிகளை பிடித்து விளையாட அரைஞாண் கயிறு சுருக்கு வைத்து, அந்த அரைஞாண் கயிற்றோடு பறக்கும் கரிச்சான் குஞ்சுகளை ஏக்கத்தோடு பார்ப்பதே வழக்கம்.

இப்பொழுது கரிச்சான் கூடுகள் இருந்ததற்கான சுவடுகளே இல்லை.

ஒரு நடுத்தர வயது சம்சாரிக்கான உடலில் தளர்வு, நடையில் நிதானம் உணர்ந்துகொள்ள முடிந்தது.

கவனம் ஒதிய மரத்தின் மீது விழுந்தது. கரிச்சான் குருவிகளை போல அல்லாமல் பெரிதாக ஏதோ ஒரு உருவம் தென்பட்டது. மேலைக் காற்று வீசியபடியால் தெளிவாக அதன் சரீரம் தென்படவில்லை.

மேற்கு நோக்கி வடிகால் பக்கமாகச் சரிந்திருந்த அந்த கிளையில், இன்னதென்று அறுதியிட்டுச் சொல்ல முடியாத ஒரு கரிய உருவம், தண்ணீரின் சலசலப்பில் பட்டும் படாமலும், காற்றின் அசைவிற்கேற்ப கிளையோடு ஆடியபடி இறுகப் பற்றிக் கொண்டிருந்தது.

முதலில் சரீர எடையைக் குறைக்க யாரோ தலைகீழாகத் தொங்கி பிரயத்தனம் செய்துகொண்டிருப்பதாகத் தோன்றியது.

சற்று கிட்டத்தில் சென்று நோக்க, கரிய உருவுடன், சிவந்த கண்கள், கூரிய நகங்கள் மற்றும் ஒழுங்கில்லா உடலமைப்பு என விட்டலாச்சாரியா வகையறாவிற்கான அனைத்து அம்சங்களும் பொருந்தியிருந்தன.

ஏற்கனவே என்னை எதிர்பார்த்துக் காத்திருந்தது போல, கிளையிலிருந்து தன்னை விடுவித்துக்கொண்டு, சரேலென்று என் முன்னே அது பிரசன்னமானது.

எனது ஸப்த நாடியும் ஒடுங்கிப் போனது. இன்னதென்று என்னால் இனங்கண்டுகொள்ள முடியவில்லை.

அதனுடைய நிதானம் எனக்கு ஒருவாறு ஆசுவாசத்தை ஏற்படுத்தியது. அது என்பால் சம்பாஷணை செய்வதிலேயே நாட்டத்தைச் செலுத்தியது.

ஒரு பொழுதில் இருவருமே பரஸ்பரம் சகஜ நிலைமைக்கு திரும்பியிருந்தோம். அதுவோ பாரியாளை போல, என்னை சட்டை செய்யாமல் தன் பாட்டிற்கு பேசிக்கொண்டே போனது.

தான் முற்பிறவியில் உபந்நியாசம் செய்து வந்ததாகவும், பின் சில நூறு ஆண்டுகளாக வேதாளமாக உலாவுவதாகவும் பறைசாற்றியது.

நான் இதுவரை யூகித்திருந்த வேதாளத்தின் உருவத்தோடு ஒப்பிட்டுப் பார்த்துக்கொண்டேன்; பொருந்தவில்லை. அதன்பால் சந்தேகமும் தோன்றியது!

தகப்பனார், பாட்டனார் என தன் பரம்பரை டாம்பீகத்தை அது தொடர்வதை நான் விரும்பவில்லை. அதன்பால் பேச்சு கொடுக்க ஆரம்பித்தேன். தனியாக செல்லும் பாதையில் துணைக்கு இருந்துவிட்டு தொலையட்டும் என்ற நினைப்பு எனக்கு.

அதனை பார்க்கும் போதெல்லாம், இனம்புரியாத பயம் ஏற்படுவதை தடுக்கமுடியவில்லை. என்னையறியாமல் இஷ்ட தெய்வத்தை முணுமுணுத்தபடியே இருந்தேன்.

அதுவோ என்னை ஏளனமாகப் பார்த்தது. இல்லாத வாயினால் சிரித்தபடி, ''மனுஷாள் இப்படி பதற்றமாக கூப்பிடும் போதெல்லாம், என்ன செய்து தொலைக்கப் போகிறீர்களோ என்று 'அவன்' உங்களை கண்டு அஞ்சி நடுங்குகிறான். நீ என்னைக் கண்டு பயப்படத் தேவையில்லை. அனாவசியமாக அவனையும் பயமுறுத்தத் தேவையில்லை'' என்றது.

''உன்னால் எனக்கு ஒரு உபகாரம் ஆக வேண்டியிருக்கிறது. ஆனால் அதனை தெரிந்துகொண்டதும், வேறு யாரிடமும் பிரகடனப் படுத்தமாட்டேன் என வாக்குறுதி கொடுத்தால், மேலே தொடரலாம்'' என்றது.

''ம்ம்.. பார்க்கலாம்'' என்றேன்.

நம்பிக்கையில்லை அதற்கு.

"என் மனசாட்சிக்கு விரோதம் இல்லாதபடிக்கு நடந்து கொள்கிறேன், போதுமா?'' என்றேன்.

ஹா... ஹா... என்று அண்ட சராசரமே அதிருமளவுக்கு சிரிக்க அதற்கு திராணி இல்லையென்றாலும், வாய்க்காலோர நீர்முள்ளி செடிகள் அசையுமளவுக்கு சிரித்தபடி, எனக்கு நாற்பத்தைந்து டிகிரி கோணமாக, ஈசான மூலையில் நின்றபடி, தன் கைகளை உபந்நியாசம் செய்யும் தோரணையில் வைத்துக்கொண்டு, உரக்க பேச ஆரம்பித்தது.

பொதுவாக மனசாட்சியின் மீது எனக்கு நம்பிக்கை கிடையாது. ஒருவனை சிறு வயது முதலே கொலை செய்வது தவறில்லை எனக்கூறி வளர்த்துவிட்டால் பல கொலைகள் செய்த பிறகும் கூட, அவனைப் பொறுத்தவரை அவன் மனசாட்சிக்கு எதிராக இல்லாதபடிக்குத் தான் நடந்து கொண்டிருக்கிறான். மனசாட்சியின் படிமத்தில், சூழலே தன் சரக்கை ஏற்றிவிடுகிறது. அவனுக்கு அதுவே உண்மை என்கிற மாயையும் ஏற்படுகிறது; அங்கேதான் "உண்மையான உண்மை'' என்ற பதத்திற்கான தேவையும் ஏற்பட்டுப் போகிறது.

"அப்படியொன்றும் உன்னை நம்ப வைக்கும் அவசியம் எனக்கில்லை, நடையைக் கட்டு'' என்றேன்.

அதற்கு என்னை விட்டுவிட மனமில்லை, மௌனம் காத்தது.

அதனை எதிர்பார்க்காமல் நடக்க ஆரம்பித்துவிட்டேன்.

கண்ணுக்கெட்டிய திக்காலுக்கு ஆளரவம் இல்லாத படியால் பயமும் தொற்றிக்கொண்டது; வெளிக்காட்டிக் கொள்ளவும் வெட்கமாயிருந்தது.

அடிக்கடி நான் கடவுளின் பெயரை பயத்தில் முணுமுணுப்பதை உற்று பார்த்துக்கொண்டே பின் தொடர்ந்தது. என்னுடன் பேச ஆரம்பித்தது.

''கடவுளை எத்தனை முறை நேரில் தரிசித்திருக்கிறாய்?'' என்றது.

''ஒருமுறை கூட இல்லை'' என்றேன்.

''உளப்பூர்வமாக உணர்ந்திருக்கிறாயா?''

''இதுவரை அதற்கான வாய்ப்பு கிட்டியதில்லை.''

''ம்ம்ம்... கனவிலாவது கண்டதுண்டா?''

''இல்லை''

''பிறகு எந்த நம்பிக்கையில் கடவுள் இருக்கிறார் என தீர்க்கமாய் அழைத்துக் கொண்டிருக்கிறாய்?'' என்றது.

''இன்னும் கூட உன்னோடு பேசிக்கொண்டிருக் கிறேனே, அந்த நம்பிக்கையில்...''

''இதுவரை சாப விமோசனம் கிட்டாத விரக்தியின் நீட்சிதான், இந்த நாத்திக உபந்யாசமா?'' என்றேன்.

இந்தமுறை சற்று கடுகடுப்பான முகத்துடன், உபந்நியாச அடவுகள் எதுவுமில்லாமல், கட்டைக் குரலில் பேசியது.

கடவுள் இல்லை என்று நான் சொல்லவில்லை. இங்கு எது கடவுளாக சித்தரிக்கப் படுகிறதோ, அது கடவுளின் தன்மையோடு இல்லை என்றே சொல்ல முற்படுகிறேன்.

''வியாபாரமயமான கடவுள் பக்திதனை நம்பும் உனக்கு, நான் பேசுவது நாத்திகமாகத்தான் தெரியும்'' என்றது.

இந்தமுறை கைகளையும், உடலையும் பழையபடி வைத்துக்கொண்டு, கதா காலட்சேபத்தை தொடங்கியது.

முற்றிலும் வணிகமயமாக்கப்பட்ட தேவஸ்தா பனத்தில்(!), கட்டணங்களுக்கு ஏற்ப கடவுளின் கிருபையை விற்றுவிட்டு, இறைவன் அனைவருக்கும் பொதுவானவன் என வியாக்கியானம் பேசுவது, கட்டணங்களுக்கு ஏற்ப தரவேறுபாட்டோடு கல்விபயிலும் ஒரு தலைமுறையை வைத்துக்கொண்டு, ஏற்றத்தாழ் வில்லாத சமதர்ம சமுதாயத்தை உருவாக்குவோம் என முழக்கமிடுவது போலவே கேலிக்குரியது.

என்னிடம் பதில் இல்லை. அது என் பால்ய காலத்து நம்பிக்கையை அசைத்துப் பார்ப்பதை என்னால் தாங்கிக்கொள்ள முடியவில்லை. என் கோபத்தை உணர்ந்துகொண்டது.

இம்முறை என்னை எதிர்பார்க்காமல், முன்னே செல்ல ஆரம்பித்தது. இருவருக்கும் இடையேயான தூரத்தை மௌனமே நிரப்பியிருந்தது.

என் மீது பச்சாதாபம் ஏற்பட்டிருக்க வேண்டும். தானே வலிய பேச ஆரம்பித்தது.

''உன்னுடன் பழகி இவ்வளவு நேரம் ஆகியும், என்மீதான பயம் உனக்கு தீரவில்லையே.''

''நீ கோபப்படுவதைப் பார்த்தால், சம்பிரதாயத்திற்கு தான் பயப்படுகிறாயோ என்ற சந்தேகம் எனக்கிருக்கிறது.''

''உங்களைப் பொறுத்தவரை பேய், பிசாசு என்றால் பயப்பட வேண்டும், கடவுள் என்றால் இன்னும் அதிகமாக பயப்பட வேண்டும், அவ்வளவுதான்'' என்றது.

மேலும் ''பாட்டனார், தகப்பனார் என பரம்பரை வழி கற்பிதத்தினால் தான், எங்கள் இனத்தைப் பிடிக்கவில்லை என்றே தோன்றுகிறது''.

''உங்கள் ஆட்களுக்கு, சமூகத்தின் எல்லா காரியங்களிலும் இதே மனோநிலைதான் படர்கிறது. எல்லாவற்றையும் முகாந்திரம் இல்லாமல் எதிர்க்கிறீர்கள். சுயமாக யோசிக்க மறுக்கிறீர்கள்'' என்றது.

என்னுடைய பதிலுக்கு அது அவகாசம் கொடுக்கவில்லை.

மீண்டும் உபந்நியாச மனநிலைக்குத் தாவியது.

எப்பொழுதும் சமுதாயத்தில் ''அப்பாவிற்கு பிடிக்காதது எனக்கும் பிடிக்காது'' என்ற சிறுபிள்ளைத்தனமான மனநிலையில் ஒரு கூட்டம் ஜீவித்துக் கொண்டே இருக்கிறது. உதாரணத்திற்கு ஒரு பிரபலத்தை பின்பற்றும் விசுவாசிகள், அந்த பிரபலத்திற்கு தனிப்பட்ட முறையில் பிடிக்காத ஒரு நபரையோ அல்லது அமைப்பையோ

எந்தவித முகாந்திரமும் இல்லாமலேயே எதிர்த்தபடி இருப்பார்கள். இது தவிர்க்க முடியாததாகவே மாறிப்போயிருக்கிறது.

"ஒரு கண்றாவி வேதாளத்தை சந்திக்கும் துர்பாக்கியம், என் பரம்பரைக்கு இதுவரை ஏற்பட்டதில்லை. உன்னைப் பார்த்து பரிதாபப்பட வேண்டுமேயொழிய, பயப்பட ஒன்றுமில்லை" என்றேன்.

அது என்னிடம் கொஞ்சம் கொஞ்சமாக பரிச்சயப்பட முனைவது, என் மூலம் சாப விமோசனம் அடைய நினைக்கிறதோ என சந்தேகம் தட்டியது. லேசாக இறுமாப்பும் கிட்டியது. அதனை, வேரூன்றி துளிர்விட்ட என் பேச்சின் மூலம் உணரமுடிந்தது.

அதனை சீண்டிப் பார்க்கும் எண்ணத்தில், "நீங்கள் மட்டும் யோக்கியமா?" என்றேன்.

அதன் லட்சணம் பற்றிய என் விமர்சனத்தால், பலத்த யோசனையிலிருந்த தருணத்தில் வெளிப்பட்டக் கேள்வியால், சற்று பரிதாபமாக நோக்கியது.

"எங்களால்தான் சாப விமோசனம் கிட்ட வேண்டும் என்ற சுயநலத்திற்காகவே உங்கள் வர்க்கம் எங்களிடம் அனுசரித்துப் போகின்றது. இதுகூட ஒருவகையான கையூட்டுதான். பிரதி உபகாரம் எதிர்பார்த்து செய்யும் எதுவும் லஞ்சம் தான்" என்றேன்.

சுதாரித்துக்கொண்டது.

"பரோபகாரி போல பேசத் தேவையில்லை. அனுசரித்துக் கொள்ளும் விஷயத்தில் உங்களை விஞ்சுவதற்கு ஆளில்லை. சமூக வரைமுறைகளைத் தேவைக்கேற்ப வளைத்துக் கொள்வீர்கள்" என்றது.

உபந்நியாச தளவாடப் பொருட்கள் எதுவும் இல்லாமலேயே தொடங்கியது...

பணம் என்ற வஸ்து பிரதானமாகக் கருதப்படும் இந்த சமூகத்தில், ஒரு வேலைக்கு நியாயமானதை விட அதிகமாக, "கையூட்டு" என்ற கௌரவமான பெயரில்

மான அவமானங்களை விடுத்து கூலியாகப் பெறப்படு கிறது. இதே சமூகத்தினால்தான் மான அவமானங் களை விற்பதனாலேயே ''பாலியல் தொழில்'' என்பது தீண்டத்தகாததாகக் கருதி புறக்கணிக்கப்படுகிறது. உழைப்புக்கு ஏற்ற கூலியே பெறப்படுவதனால், ''விபச்சாரம்'' என்ற வார்த்தையும் கூட புனிதப்பட்டு போவதைத் தவிர்க்க முடியாததாகிறது.

தலைகீழாகத் தொங்கியபடி மானுட நிகழ்வுகளை பார்த்ததனாலேயோ என்னவோ, அதற்கு எல்லாமே சரியாகப் புரிந்திருந்தது! சமூக நடப்புகளோடு ஒட்டிய படியே அதன் புரிதல் இருந்தது.

என்னை பங்கப்படுத்தியது குறைவு என்பது போலவே முகத்தை வைத்துக்கொண்டது. மேலும் தொடர்ந்தது.

''உண்மைதான், உங்களைப் போல பிரதி பலன் எதிர்பார்க்காமல் எங்கள் இனத்தால் இருக்க முடியாது'' என குத்தலாக குத்தியது.

அசிங்கப்பட வேண்டாமென சிரித்து சமாளித்தேன். அது விடுவதாயில்லை.

''பரமாத்மா சொல்வதை எங்கு பின்பற்றுகிறீர்களோ இல்லையோ, ஒவ்வொரு தேர்தலின் போதும் சரியாக நடைமுறைப் படுத்துகிறீர்கள். நிச்சயம் எதுவும் பலன் கிடைக்கப் போவதில்லை என்று தெரிந்திருந்தபோதும், பிரதி பலன் எதுவும் எதிர்பாராமல் வாக்களித்துக் கொண்டே இருக்கிறீர்கள். இப்பொழுது சொல், உங்களது பரோபகாரம் யாருக்கு வரும்?'' என வார்த்தைகளை உமிழ்நீராக பாவித்து என்பால் துப்பியது.

''மன்னராட்சி முறையில் மக்கிப் போன உனக்கு, தற்கால அரசியலைப் பற்றி என்ன தெரியும்?'' என்றேன்.

''உண்மைதான், உங்கள் ஜனநாயகத் தத்துவம் விசித்திர மானதுதான். நீ சொல்லிய மக்கிப்போன காலத்தில், நாட்டிற்கே ஒரேயொரு மன்னன்தான் இராஜ்ஜியம் நடத்தினான். இப்பொழுதோ, உங்களது சமதர்ம

சமூகத்தில், வார்டுக்கு ஒரு மன்னர், கப்பம் வசூலித்தபடி கோலோச்சிக்கொண்டிருக்கிறார்''

''அரசியல் என்ற வார்த்தையின் அரிச்சுவடி கூடத் தெரியாத வேதாள உலக வாசியான உனக்கு, எங்கள் அரசியலைப் பற்றி பேச பாத்தியதை இல்லை'' என்றேன். எனக்கு ஜென்ம சனி.

சற்று உஷ்ணமான மனோநிலைக்குச் சென்றது. அது வார்த்தை வடிவம் பெற்றது.

''அரசியல்வாதிகளெல்லாம் கூடி, அரசியல் என்ற வார்த்தைக்கு, 'மனித காழ்ப்புணர்ச்சி' என்று நேரிடையாக அர்த்தம் தொனிக்கும்படி அதனைக் கெட்ட வார்த்தையாகவே மாற்றிவிட்டார்கள்'' என்றது.

''அரசியல்வாதி என்றவுடன், மனிதனுக்கும் வேதாளத் திற்கும் இடைப்பட்ட ஜந்துவாகவே மாறிப்போய் விடுகிறான். வேதாளத்தின் இயற்கையான தர்மத்திற்கும்(!) கட்டுப்படாமல், மனிதர்கள் பெயரளவில் சொல்லும் மனு தர்மத்திற்கும் அடங்காமல் நடந்துகொள்கிறான்'' என்றது.

''மனு தர்மம் உங்கள் காலத்தில், உங்கள் வசதிக்காக சொல்லப்பட்டது. தற்கால நவீன அரசியலுக்கு முழுவது மாக ஒத்து வராது'' என்று சப்பைக்கட்டு கட்டினேன்.

''இன்றும் கூட தலைவர்கள் தங்களது தேவைக்கு போனதை, மக்களுக்குச் செய்து கொண்டுதானிருக் கிறார்கள்'' என்றேன்.

ஹா! ஹா என, என் அப்பாவித்தனத்தை எண்ணிச் சிரித்தது.

''இதுதான் அவர்களது அரசியல் வாழ்வின் மூலதனம். அற்பமானதை பெரிதுபடுத்திக் காட்டியே அரசியல் நடத்தி விடுகிறார்கள்'' என்றது.

இந்தமுறை அதனிடம் அப்ளாஸ் கட்டை இல்லாததை குறையாக உணர்ந்தது.

தங்களின் குறைகளை மறைக்க, ஒரு அற்பமான விஷயத்தை பெரிதுபடுத்தி, அதில் ஆதாயமும் அடைவது

தான் அரசியலும், அரசியவாதிகளும் என்றால், மார்பகங்களை பெரிதாக்கி, தங்களின் குறைகளை மறைத்துக்கொள்ளும் நடிகைகளுக்கும், இவர்களுக்கும் எந்தவிதமான வித்தியாசமும் இல்லை.

"உங்கள் அரசியலும், கட்சிகளும் கடைத்தேற வேண்டுமென்றால், ஏதாவது அற்புதம் நிகழ்ந்தால்தான் உண்டு" என்றது.

"அப்படியென்றால், ஜனநாயகத் தத்துவம் அடிப்படையில் தவறு என்கிறாயோ?"

"இல்லை. அப்படிச் சொன்னால் நான் இந்திய வேதாளமாக இருக்க லாயக்கில்லாதவன்."

"நீ நன்றாக அரசியல் செய்கிறாய்."

"அது முடியாத காரியம். உங்கள் அரசியல், இரத்தத்தோடு சம்பந்தப்பட்டது!"

"முடிவாக என்ன சொல்கிறாய்? உன்னிடம் தெரிந்து கொள்ள வேண்டிய கொடுமை எனக்கு."

"ஜனநாயக அரசியல், உருவாக்கப்பட்ட நோக்கத்திலிருந்து விலகி நிற்கிறது, அடிப்படையிலேயே திருந்த வேண்டும் என்கிறேன்"

அதற்கு தோன்றிவிட்டது, சொல்ல ஆரம்பித்தது.

பணம் ஈட்டுவது என்ற ஒன்றை பிரதானமாகக் கொள்ளாத அரசியல் கட்சிகளும், சுய லாப நோக்கில்லாமல் அமையப்பெறும் அரசியல் கூட்டணிகளும் மற்றும் இலவச, நிவாரண வஸ்துகளை எதிர்பார்க்காத, வாக்களிக்கும் பிரஜைகளும் சமுதாயத்திற்கு வாய்க்கப் பெற வேண்டுமென்றால், இந்திய எல்லையில் திருநெல்வேலி பாஷை பேசும் பாக்கிஸ்தான் தீவிர வாதிகளை கொண்ட தமிழ் திரையுலகத்திற்கு கிடைத்த அளவிற்கு, தேவகிருபை கிடைக்கப் பெற்றால்தான் உண்டு.

நான் நிர்கதியாக நிற்பதை பரிதாபமாகப் பார்த்தது.

ஒழுங்கான உருவமில்லாத ஒன்று, என் சுயத்தோடு விளையாடுவதை என்னால் தாங்கிக் கொள்ள முடியவில்லை. சக மனிதர்களின் செயல்பாடுகளால், நான் மானபங்கப்படுவதை என்னால் ஜீரணித்துக்கொள்ள முடியவில்லை.

கவலையோடு கவலையாக என் நிகழ்காலத் தேவைக்கான கவலைகளும் சேர்ந்துகொண்டன. என் முகம் அதனை அப்பட்டமாக காண்பித்தது.

சமூக சித்தாந்தங்களை எல்லாம் விட்டுவிட்டு, சுயதேவைகளின்பால் என் எண்ணம் சூழ்ந்துகொண்டது.

வாய்க்கும் வயிற்றுக்குமான போராட்டம் பெரிதாக இல்லையென்றாலும், சமூக அந்தஸ்துக்காக அல்லாடும் நடுத்தர வர்க்கத்து சம்சாரிக்கான தேவை மிகக் கொடூரமானது.

பணத்தைப் பற்றிய வேதாளத்தின் வேதாந்தம் யதார்த்த வாழ்க்கைக்கு ஒத்துவராது என்று தோன்றியது.

அதுவோ என் எண்ண ஓட்டத்தை அப்பட்டமாக புரிந்துகொண்டது.

"நடுத்தர வர்க்கத்து சம்சாரியோ?" என்றது.

என் உலர் கௌரவம், ஒப்புக்கொள்வதை தடுத்தது.

"ம்ம்ம்... இல்லை, அப்படியே இருந்தாலும் என்ன செய்துவிடப் போகிறாய்?" என்றேன்.

"அப்படி இருந்தால், இன்னும் நாலு வரிக்கு ஏதாவது சொல்லிவிட்டுப் போகப்போகிறேன்" என்றது.

என் பதிலுக்காக எதிர்பார்க்காமல் சொல்ல ஆரம்பித்து விட்டது.

இந்த சமூகத்தால் இடைப்பட்ட எதுவும் நிராதரவாகவே விட்டு விடப்படுகின்றன. உதாரணத்திற்கு இயற்கை வசத்தால் ஆண்பாலும், பெண்பாலும் இல்லாத திருநங்கைகளுக்கு, "திரு" என்று பெயரளவில் மட்டுமே மரியாதை கிடைக்கப் பெறுகிறது. அதுபோலவே

அரசாங்கங்கள் ஏழை, பணக்காரன் என்ற இரு வர்க்கத்திற்கும், அரசியல் காரணங்களுக்காக, ஜீவித சலுகைகளை வழங்கியபடி இருக்கின்றன. இரண்டு வர்க்கங்களுக்கும் அரசாங்கத்தால் கிடைக்கப்பெறும் எந்தவொரு பலனையும் நுகராமல், துன்பங்களிலேயே உழலும், பெயரளவில் கூட மரியாதையில்லாத இரண்டும்கெட்டான் நடுத்தரவர்க்கம்.

நான் நெருங்கி அனுபவித்ததை சொல்லியபடியால், வேதாளத்தின் வேதாந்தம் எனக்கு சற்று ஆறுதலாக இருந்தது.

சற்று தூரத்தில், கோயில் வாசலில் லாந்தர் வெளிச்சத்தில் சிறு கூட்டத்தைக் கூட்டி வைத்துக்கொண்டு ஒரு உபந்நியாசம் நடந்துகொண்டிருந்தது.

கடவுளைக் கண்டு பயப்படுகிறதோ இல்லையோ, கூடியிருந்த மனிதர்களை கண்டு நிச்சயம் பயந்து ஓடி விடும் என்ற நம்பிக்கை பிறந்தது. அதுவோ தீவிர யோசனையிலிருந்தது.

"பொதுவாக மனிதன் சிந்திக்கச் சிந்திக்க அதன் ஒரு பரிமாணம், அவன் சார்ந்த சமூகத்தை அழித்து முன்னேறுவதிலேயே சென்று முடிகிறது. அதனாலேயே போதனைகளின் தேவைகளும் ஏற்பட்டுப்போகிறது." என்றது.

நான் கட்டளையிட்டு, அது மதித்ததாக இருக்கட்டுமே என "நீ சொல்லலாம்" என்றேன்.

நாய்கள் நாய்களாகவும், கழுதைகள் கழுதைகளாகவும், ஏன் வேதாளங்கள் கூட வேதாளங்களாகவே வாழ்கின்றன. சிந்திக்கத் தெரிந்த காரணத்தினாலோ என்னவோ, மனிதனை மனிதனாக வாழ அறிவுறுத்திக்கொண்டே இருக்க வேண்டியிருக்கிறது.

அதற்கோ, கூட்டத்தை நெருங்க பரபரப்பு தொற்றிக்கொண்டதாக தோன்றியது.

நான் சற்று ஆசுவாசப் படுத்திக்கொண்டு இருந்த சமயத்தில், என் கழுத்தைக் கட்டிக்கொள்ள அது ஆக்ரோஷமாக என் மீது பாய்வதாகப் பட்டது.

முகமெல்லாம் வியர்த்து, விழித்துப் பார்த்ததில், அப்பொழுது மணி அதிகாலை இரண்டு!

ஒவ்வொரு மனித மனத்திற்குள்ளும் ஒரு வேதாளம் சமூக அவலங்களால் எந்நேரமும் வெளிவரத் தயாராக இருப்பதை உணர்ந்துகொள்ள முடிந்தது!

மானசிக சல்லாபம்

இவர்கள் என்னை வசை செய்யும் போதுதான், எனக்கு வயதாகிவிட்டது என்பதையே உணர்கிறேன்.

இவை அவர்களின் ஆற்றாமையின் வெளிப்பாடாக அமைந்து போவதனால், என்னால் அவர்களின் மீது கோபம் கொள்ள இயலவில்லை.

அவளுடனான இந்த அலாதிப் பிரியமெல்லாம், என் மனைவி உயிருடன் இருந்தவரை அவ்வளவாக இல்லை. இன்னும் தெளிவாகச் சொல்ல வேண்டுமானால், அவளை ஒரு பொருட்டாகவே ஆராதனை செய்ததில்லை.

என் மனைவியை இழந்து தவித்த அந்த தருணங்கள்தான் எனக்கு அவளின் ஸ்பரிச முக்கியத்துவத்தை உணர்த்தியது. என் மனைவியுடனான தாம்பத்யத்தின் நினைவுகள் என்னைத் தீயாய்ச் சுட்ட அந்த இரவுகளில், என்னை ஸ்பரிசித்து தன்னுள் கரைத்துக் கொண்டவள் இவளே!

''வயசானக் காலத்துல கோயில், குளம்னு தொலையாம என்ன ஜென்மமோ, இப்படி சின்னஞ் சிறுசுகளாட்டம்..'' என என் குடும்பக் கொழுந்துகளே காதுபட பேசுவார்கள்.

இவர்களுக்கு என்ன யோக்கியதை இருக்கிறது? நான் இவர்களை ஆளாக்கி நல்ல நிலைக்குக் கொண்டுவர என்ன கஷ்டப்பட்டிருப்பேன். அதுவரை இவளைப் பற்றி நினைத்திருப்பேனா?

மூத்தவனை உத்தியோகத்தில் அமர வைத்ததாகட்டும், இளையவளை நல்ல குடும்பமாகப் பார்த்து திருமணம் செய்துவைத்ததாக இருக்கட்டும், நான் பட்டக் கஷ்டங்களை இவர்களின் தலையில் சிறிதளவாவது இறக்கி

வைத்திருப்பேனா? இந்நிலையில் இவர்களால் நான் பட்ட பாட்டை எப்படி உணர்ந்துகொள்ள முடியும்?

என் இளமைக் காலங்களில் அவளோடு சல்லாபித்திருந்தால், இவர்களின் நிலைமை என்னவாகியிருக்கும்?

யார் எப்படிச் சொன்னால் என்ன, என் சொச்ச காலங்களையாவது என் இஷ்டப்படி வாழ முடிவு செய்து விட்டேன்.

என் நண்பர்களின் மத்தியில் கூட பொறாமையே விஞ்சுகிறது. நான் ஏதோ இரசாயன மருந்துகளின் உதவியோடுதான், இப்படியெல்லாம் அவளோடு நடந்துகொள்வதாக கிளப்பிவிடுகிறார்கள்.

மடையர்கள்! முழுக்க முழுக்க மனத்தினால் ஆகக் கூடிய ஒரு காரியத்தை இரசாயன வஸ்துகளின் துணைக்கொண்டு எவ்வாறு சாதிக்க முடியும்?

முன்பெல்லாம், ஒருவருடைய மனநிலைதான் இதற்கு பிரதானம் என்று மருத்துவர்கள் சொல்லியபோது கூட நான் நம்பியதில்லை. இப்பொழுதுதான் அது எவ்வவளவு பெரிய நிதர்சனம் என்பதை அனுபவப் பூர்வமாக உணர்ந்து கொள்கிறேன்.

அவளுடனான எனது மானசிக சல்லாபங்களுக்கு என் வயதை ஒரு தடையாக நான் உணரவில்லை. மனது தெளிவாக உந்துதலோடு இருக்கும் பட்சத்தில், அவளை எனதாக்கிக் கொள்வதில் எந்த தடையும் இருப்பதாக எனக்குத் தோன்றவில்லை.

அவளது யௌவனம் தரும் பரிபூரண சுகம் அளவிட முடியாதது. இந்த இரசவாத சுகத்தை இளம்பிராயத்தில் வயிற்றுப் பிழைப்பிற்காக புறக்கணித்திருக்கிறேன் என நினைக்கும் பொழுது, ஆற்றாமையே விஞ்சி நிற்கிறது.

ஒரு நாளின் பெரும்பான்மையான பொழுதுகளை, அவளின் பிடியிலேயே விட்டுவிட எத்தனிக்கிறேன்.

இப்பொழுதெல்லாம், அவளின் அரவணைப்பு இல்லாமல் ஒரு நாள் கூட இருக்க முடிவதில்லை. அவள்

கைகூடவில்லை என்றால், தேக அவஸ்தை என்னைக் கூறு போட்டுவிடுகிறது. எதையோ இழந்தது போல சூழலின் மீது ஒரு வெறுப்புணர்ச்சி தோன்றி, அது எல்லோரிடமும் அப்பட்டமாக என் தேகத் தேவையை வெளிக்காட்டிக் கொடுத்துவிடுகிறது.

"அது" ஒவ்வொரு நாளும் என்னைப் புதுப்பித்து விடுகிறது. எல்லா ஜீவராசிகளுக்கும் தன் ஜீவிதத்தை நிலைநிறுத்திக் கொண்டு இயங்குவதற்கு இதுவே மூலாதாரம் எனும் போது, நான் மட்டும் எவ்விதம் விலக்காக இருக்கமுடியும்? யார் தடுத்தும் அவள் என்னை விட்டு அகலப்போ வதில்லை. எனக்கும் அவளுக்குமான உறவு அப்படி.

ஒவ்வொருமுறையும் அவளோடு தழுவிக்கொள்ளும் பொழுதும், என் வசமிழந்து அவளுள் கரைந்து கொள்கிறேன். ஆஹா! ஒவ்வொரு முறையும் ஒவ்வொரு பரிமாணம்!

அவளும் என்னை அணுவணுவாகத் தன்னுள் கரைத்துக் கொண்டே, ஒரு கணத்தில் விழுங்கிவிடுகிறாள். சூன்யமே நிரம்பிக்கொள்கிறது. பிரபஞ்ச வெளியில் கரைந்து கரைந்து ஒரு புள்ளியில் தொலைந்து போகிறேன், மீட்டெடுக்கப் பட்டுவிடுவேன் என்ற நம்பிக்கையோடு.

அவளை ஆத்மார்த்தமாக கூடிப் பிரிகையில், நிகழ்கால சஞ்சாரம் எத்தனை இனிமையாக மாறிப்போகின்றன.

"மோகத்தை கொன்று விடு அல்லால் எந்தன் மூச்சை நிறுத்தி விடு" என மகாகவிக்கே மூச்சு முட்டுகிறதென்றால், சாமானியனாகிய நான் எம்மாத்திரம்.

அவளின் மீதான மோகமென்றால் எனக்கு இடம், பொருள் மீதான சுவாதீனம் குறைந்துபட்டுப் போகிறது.

என் வயதை ஒத்த அவர்கள் திணறும் 'அதை', நான் சர்வ சாதாரணமாக நிகழ்த்தி வருகிறேன்.

உண்மைதான்! வர வர சூழ்நிலை சுவாதீனம் குறைந்து கொண்டுதான் போகிறது.

இப்படித்தான், சில நாட்களுக்கு முன்பு அந்த காதலர்களுக்கான பொழுதுபோக்கு பூங்காவில், மாலை

வேளை என்று கூடப் பார்க்காமல் அவள்மீது மோகித்தே சற்றே கரைந்து போய்விட்டேன். வழக்கமாக நேரமெடுத்தே லயித்துப் போகும் அவள், அன்றைக்கென்று சில நொடிகளில் லயித்து கைகூடிவிட்டாள்.

பூங்கா காவலாளி விசிலடித்து எச்சரிக்கை செய்து, காலப்பிரக்ஞையை ஏற்படுத்தவே என் வீரியம் புரிந்து போனது. எனக்குச் சற்று சங்கோஜமாகவும் போய்விட்டது. வீட்டு ஆட்களுக்குத் தெரிந்து தொலைத்தால், என்னைப் பற்றி என்ன நினைப்பார்கள்.

இந்த மூச்சு முட்டும் மோகம், எத்தனை முறை அனுபவித்தாலும் தீர மாட்டேன் என்பதால் அதன் எல்லை வரை சென்று பார்க்கலாம் என முடிவு கட்டிவிட்டேன்.

அவளும்தான், எவ்வளவு மூர்க்கத்தோடு என்னை ஒவ்வொரு முறையும் அணுகுகிறாள்? அவளது யௌவனத்தை குலைத்து விட வேண்டுமென்றே மனம் கச்சைக் கட்டிக்கொண்டு நிற்கிறது. இன்றைக்குத் தயாராகி விட்டேன்.

இளஞ்சூடான தண்ணீரில் குளித்தால், வசப்படுத்துதல் எளிது என எங்கேயோ கேட்ட நினைவுகளை செயற் படுத்திப் பார்க்கத் தயாராகிவிட்டேன்.

இதோ, படுக்கையறையில் மெல்லிய இசை, உணர்ச்சியினை காது வழி புகுத்தி, நரம்பு வழி முறுக்குகிறது. நறுமணம் கமழ, பூக்களும் தங்களது கிறக்கத்தை என்மேல் பாய்ச்சிக் கொண்டிருக்கின்றன. அவளது கந்தர்வ அழகை, சுருள்சுருளாய் கண்முன்னே நிறுத்தும் செயற்கை புகைகளும் என்னை மூர்ச்சையாகச் செய்கின்றன. உன்னை எதிர்பார்த்து காத்திருக்கும் சூழல் கூட ஏற்பட்டு போகுமென நான் நினைத்ததில்லை.

ஓர் முதலிரவு அறைக்கான எல்லா அம்சங்களோடு இன்று ஒத்துப்போவதை காண, என் செயலால் என் மீதே எனக்கு கூச்சம் மேலிடுகிறது.

உன்னைத் தழுவி, உன்னில் கரைந்து, என்னைச் சுருக்கி உன் எல்லை வரை விரிந்து, என்னை முற்றிலுமாகத்

தொலைக்க முடிவு செய்துவிட்டேன். நினைவு என்று இல்லாத ஓர் வெற்றிடத்தை உன்வழி காண இதோ தயாராகிவிட்டேன்!

இதோ தயாராகிவிட்டேன்! ''நித்ராதேவி'' வந்து என்னை ஆரத் தழுவிக்கொள்!

''நித்ராதேவி!''

மழை சிகிச்சை

டாக்டர் ஸ்ரீநிவாஸ், சென்னை மாநகரத்து வியாதியஸ்தர்களிடம் பிரசித்தம்! கைராசிக்காரர் என்பதில் மட்டுமல்ல, காரசாரமானவர் என்பதிலும்தான்!

உதவி மருத்துவர்கள், ஆஸ்பத்திரி ஊழியர்கள், நோயாளிகள் என்று எந்த வித பாரபட்சமும் இன்றி கோபத்தைக் கொட்டுவார்! அபேதவாதி!

ஊழியர்கள் விழிகளை உருட்டி, நாக்கை துருத்திக் காட்டி திருஷ்டி பொம்மை போல பாவனை செய்தால், அவர்களது சங்கேத பாஷையில் 'டாக்டர் ஜாக்கிரதை' என்று உணர்ந்து, தக்கபடி நடந்துகொள்ள வேண்டும்! அதாவது அவர் இருக்கும் பக்கம் நினைத்துக் கூட பார்க்கக் கூடாது!

அவரைப் பொறுத்தவரை, 'மனிதர்கள்' பழக லாயக்கில்லாத பிராணிகள்! அதனால்தான் மனித சஞ்சாரம் இல்லாத மாநகரத்தின் ஒதுக்குப் புறத்தில் ஒரு பத்தாண்டுகளுக்கு முன்பே குடியேறிவிட்டார்.

அந்த வீடு இருந்த பகுதியில் நன்றாக காற்று வரும், விவசாயம் நடப்பதால் தண்ணீர் கூட வரும். ஆனால் மனிதர்கள் வரமாட்டார்கள்! இது போதாதா டாக்டர் ஸ்ரீநிவாஸ் அங்கு குடியேறுவதற்கு.

அது வீடில்லை; பங்களா. கீழே தேவைக்கும் அதிகமான வசதிகள் கொண்ட விஸ்தாரமான வீடு. சகலமும் கீழே. இருந்தாலும், தான் சக மனிதர்களை விட ஒரு படி, இல்லை! இருபது படிகள் மேல் என்பதைக் காட்டும் விதமாக மேல் மாடியில்தான் அவரது வாசம்.

ஆனால் அவருக்கு, ஸ்டெதஸ்கோப் எடுத்துக் கொடுப்பதிலிருந்து, கார் கதவை திறந்து விடுவதுவரை ஊழியம் செய்ய ஆட்கள் வேண்டும். அவர்களை, தான் திட்டுவதே அவர்கள் செய்த பூர்வஜென்ம புண்ணிய பலன் என்ற நினைப்பு கூட அவருக்கு உண்டு!

குறிப்பாக, அதில் போன ஜென்மத்தில் அதிகபடியாக புண்ணியம் செய்தபடியால் நாள்முழுக்க லட்சார்ச்சனை வாங்கும் நான்சென்ஸ்! அவனுக்கு ராஜா என்று பெயரிருந்தாலும் டாக்டர் அவனை அப்படித்தான் கூப்பிடுவார்!

டாக்டர் ஸ்ரீநிவாஸிற்கு அத்யந்த எடுபிடி நான்சென்ஸ் தான்! கார் ஓட்டுவதிலிருந்து, டீ கஷாயம் வைத்து கொடுப்பதுவரை அவன்தான்!

டாக்டருடைய மனைவியும் கூட ஒரு டாக்டர் தான். இவர்கள் இருவரும் டாக்டர்கள் என்கிறபடியால் அவரது ஒரே மகனும் டாக்டர்! இந்த ஒரு தகுதி போதாதோ அவரது மகனும் டாக்டர் ஆவதற்கு!

அவர்கள் இருவரும் வெளியூரிலே சேவை செய்கிறார்கள். எப்போதாவது இங்கு வருவார்கள். அந்த நேரத்தில் மட்டுமே நான்சென்ஸ் ராஜாவிற்கு விடுமுறை கிட்டும்.

டாக்டர் ஸ்ரீனிவாஸுடைய ஏகாந்த வாழ்க்கை வெகு காலத்திற்கு நீடித்து விடவில்லை. பொது ஜனங்களுடைய காணி நிலத்திற்கான வேட்கையும், ரியல் எஸ்டேட்-காரர்களுடைய பொதுநல சேவையும் சேர்ந்துகொண்டு டாக்டரின் வீட்டைச் சுற்றி வீடுகளால் நிறைந்து விட்டது.

இப்பொழுதெல்லாம் டாக்டருக்கு திட்டுவதற்கு நேரம் போதவில்லை! தன்னை நிந்திப்பதற்காகவே சக மனிதர்கள் கங்கணம் கட்டிக்கொண்டு அலைவதாக அசைக்க முடியாத ஒரு நினைப்பு அவருக்கு.

சக மனிதர்களிடம் முகம் கொடுத்து பேசுவதனால் தன்னுடைய கௌரவம் குறைந்து போய்விடும் என்பதில் தீர்க்க நம்பிக்கை உண்டு. அதையே காரணம் காட்டி சலுகை

கொண்டு விடுவார்களோ என்ற எச்சரிக்கை உணர்ச்சியும் கூடவே சேர்ந்து கொள்ளும் அவருக்கு.

அவருடைய சிறு வயதிலிருந்தே சுக போகமாக இருந்தவர். சக மனிதர்களாக ஊழியர்களையே அவர் சந்தித்திருக்கிறார். அவரை அணுகும் மனிதர்களை, அவர்களது பொருளாதார புஷ்டியை கொண்டும் தனது உடற்கூறு சார்ந்த அறிவைக் கொண்டும் பகுத்துவிடுவார்! அதனால் அவருக்கென்று ஒரு சிறு வட்டம். அதில் அவருடன் பழகத் தகுதியானவர்கள் என்ற வரையறைக்கு உட்பட்டவர்கள் அவரது நண்பர்கள்! சமுதாயத்தில் செல்வாக்குடன் திகழும் மேல்மட்டத்தில் இருப்பதாக பாவனை கொண்ட மனிதர்கள்!

பெரிய மனுஷங்களோட சகவாசம் இருப்பதாக காண்பித்துக் கொண்டு, தங்களது தேவைகளை நிறைவேற்றிக் கொள் வதற்காக அந்த பகுதியில் புதிதாய் முளைத்துள்ள அசோசி யேஷன் ஆட்கள் அவரை அணுகுவதாக கரித்துக் கொட்டுவார். அவர்களை சந்திப்பது இல்லை என்பதில் அசாத்திய உறுதியும் காட்டுவார்.

'டொனேஷனுக்காக சுத்துறாங்க.... இந்தா தூக்கிப் போடு' என்று ராஜாவிடம் பணத்தினைக் கொடுத்து, அவர்களை வாசலுக்கு வெளியிலிருந்தே அனுப்பிவிடுவார். இல்லை துரத்திவிடுவார்!

பேய்ந்து பின் காய்ந்து, சும்மா அதையே திரும்பத் திரும்ப செய்து கொண்டிருந்தால் மனிதர்கள் தன்னை மதிக்க மாட்டார்கள் என்று இயற்கைக்கு தெரியாதா என்ன? மேகங்கள் ஒன்றுகூடி ஒன்றுக்கொன்று இடித்து மோதி மனிதர்களை நினைத்து ஒப்பாரி வைத்து அழுது கொண்டன. கொட்டிய கண்ணீரில் மாநகரம் திணறியது. தன்னை சீரழித்தவர்கள் துன்பப்படுவதைக் கண்ட மேகங்களுக்கு ஆனந்தம் மேலிட, ஆனந்த கண்ணீர்!

இயற்கைக்கு மறதி கம்மி! எத்தனை வருடங்கள் ஆனபோதிலும் ஓடைகள் தாங்கள் ஓடும் வழி ஓடின!

இடையில் இருந்த எதனையும் புகுந்து அலம்பிக்கொண்டும் ஓடின!

செயற்கையாய் உருவாக்கிக்கொண்ட எல்லாமே முடங்கிப் போயின! அதனால் செயற்கையாய் உருவங் கொண்ட அந்த மாநகரமே ஸ்தம்பித்தது! சோபை இழந்த தனது இயற்கை உருவத்தை அது காண்பித்தது! விகாரமாய் இருந்தது!

டாக்டர் ஸ்ரீநிவாஸ் வழக்கம் போல மேலேதான் இருக்கிறார். கீழே அவரது அனுமதியை எதிர்பாராது வீட்டினுள் நுழைந்திருந்தது தண்ணீர்! அவரது தயாள குணத்தினால் ராஜாவிற்கு இருபதாவது படியில் கொஞ்சம் இடமும் கூட கிடைத்தது!

அவரது வீட்டினை தண்ணீர் கொப்பளித்து துப்பியிருந்தது. அத்தியாவசிய தேவைகளுக்கு எல்லாம் தட்டுப்பாடு.

இந்த நான்சென்சிடம் பேசுவதற்கு என்ன இருக்கிறது! சரி ஒரு நாளைக்கு மேல்! இந்த நான்சென்ஸை விட்டால் பேசுவதற்கு வேறு என்ன இருக்கிறது! பேசினார்!

இருந்த மினரல் வாட்டரை குடித்தாயிற்று! குடிக்க தண்ணீர் இல்லாத தண்ணீர் தேசம்! அவரை அப்படி கொலைப் பட்டினியில் பார்க்க அவனது மனதுக்கு தாங்கவில்லை. என்ன செய்ய? வெளியே செல்ல வழியில்லை!

இன்னும் அவர் தன் கோட்டை கழற்றவில்லை! பசித்த அவரது வயிற்றை அது மட்டுமே மறைத்திருந்தது! அவரது மனைவிக்கு கூட அவருடைய இக்கட்டை தெரிவிக்க முடியாத ஒரு நிலைமை.

ராஜாவிற்கு நிலைகொள்ளவில்லை! ஒரு சக மனிதனின் உணர்ச்சியை இவ்வளவு நெருக்கமாக பார்த்தது அவருக்கு ஆச்சரியமாக இருந்தது!

'நான்சென்ஸ்' என தனக்குள் சொல்லிக்கொண்டார்.

அந்த தண்ணீர் அவர்களது வைராக்கியத்தையும், நம்பிக்கையையும் நீர்த்துப் போக செய்தது. அந்த பகுதி

வாசிகள் கொஞ்சம் கொஞ்சமாக இருப்பதை வாரிக் கொண்டு வெளியேறத் தொடங்கியிருந்தார்கள்!

டாக்டர் ஸ்ரீனிவாஸிற்கு அந்த கொடுமை இல்லை! எல்லாவற்றையும் ஏற்கனவே தண்ணீர் வாரிக்கொண்டு போய்விட்டது! எப்படியோ கௌரவம்தான் கோட்டோடு இருக்கிறதே! போட்டுக்கொண்டபடியே தப்பித்து போய் விட்டால் சரியாய்போய்விடுகிறது!

தண்ணீர் அவ்வளவு சீக்கிரம் வெளியேறாது என்பதனால், இருவராலும் ஏகமனதாக(!) வீட்டை விட்டு வெளியேற முடிவெடுக்கப்பட்டது.

ராஜா முன்னே படிக்கட்டுகளில் இறங்க, டாக்டர் ஒரு இனம் புரியாத மனநிலையில் அவனை பின்தொடர்ந்து இறங்குகிறார். அவரையறியாமல் அவனது தோள்களைப் பற்றிக்கொள்கிறார்! குளிரில் அவருடைய கைகள் நடுங்குவதாக அவன் நினைத்துக் கொள்கிறான்!

கீழ்தளத்தில் இறங்க, அவரது மார்பை சூழ்ந்து கொள்கிறது தண்ணீர்! பொருட்கள் ஏதுமில்லாத ஒரு வெறுமை! அந்த பெருநீர் சூழ்ந்த கோர அமைதி! ஆங்காங்கே சுழித்துக் கொண்டோடி, வெறுமையின் அமைதியை உணர்த்தும் தண்ணீரின் சப்தம்!

வீட்டை விட்டு வெளியேறி, ஏதோ தோன்ற திரும்பு கிறார். இப்பொழுது பார்க்க, அது அவர் விரும்பிய மனித சஞ்சாரமில்லாத வீடு!

சாலையில் கழுத்தளவு தண்ணீர்! அவர் பாதம் கூச்சத்தால் சறுக்கும் போதெல்லாம், அவன் அவரின் பாரத்தை தாங்கு கிறான். நடை பயிலும் ஒரு குழந்தைக்கான பாவத்தில் அவரை அழைத்துச் சென்றான். காரில் செல்வது போல் சுலபமாக அந்த சாலையை கடந்து செல்ல முடியவில்லை அவரால்!

ஈரக்காற்று வாங்கி பழக்கப்பட்ட உடம்பு என்பதனால் ஈரத்தை தாங்க வேண்டும் என்ற வாதத்தில் என்ன நியாயம் இருக்கிறது? அவர் நீரில் சிக்கிக்கொண்ட பறவையாய் இருந்தார்!

டாக்டர் உடலளவில்(!) தன்னை அவனிடம் ஒப்படைத்துக் கொண்டு விட்டார். அவன் அவரையும் சேர்த்துக் கொண்டு சுமக்க வேண்டியதாயிற்று!

நல்லவேளை, ஆபத்சகாயமாக அந்த அசோசியேஷன் ஆட்களினால் ஏற்பாடு செய்யப்பட்டிருந்த படகு வர, காப்பாற்றினார்கள்! டாக்டர் தன்னிச்சையாக கையை நீட்டி அடைக்கலம் தேடினார்!

காப்பாற்ற வந்த ஆட்கள், டாக்டர் என்ற பெரிய மனிதர் பட்டியலிலிருந்து அவரை மீட்க விரும்பவில்லை! அவருக்கு விசேஷ கவனம் கொடுத்தார்கள்!

ஒருவழியாக அவர்கள் ஏற்பாடு செய்திருந்த முகாமை அடைந்தார்கள். தனது ஈர உடையோடு, அவரை உடலளவில் தேற்றிக் கொண்டிருந்தான் ராஜா.

வரிசையில் நின்று அவருக்கான சாப்பாட்டையும் வாங்கிக் கொண்டுவந்து அவரது வயிற்றை நிறைத்தான். முதல்முறை காய்ந்தது என்பதால், வயிறு ஏற்றுக்கொள்ள மறுத்து வெளியே தள்ளியது. கைகளில் வாங்கி அப்புறப்படுத்தினான் அந்த இடியட்!

'யார் இந்த மனிதர்கள்? முகம் பார்த்துக் கூட பேச அருவெறுக்கப்பட்ட அதே மனிதர்கள் தானே? என்னால் துரத்தப்பட்ட மனிதர்களிடமே இந்த தண்ணீர் என்னை துரத்தியிருக்கிறது! இதோ இந்த ராஜா(!) இவன் ஏன் இப்படி நடந்து கொள்கிறான்? அவனால், எனக்கு விசுவாசமாக நடப்பதற்கு ஒரு காரணம் கூட உருப்படியாக சொல்ல முடியாதே! என்னிடம் இல்லாத எது அவர்களோடு எல்லோரையும் பிணைத்திருக்கிறது? சக மனிதன் என்ற எண்ணம் தானா? ஹூம்...' என அவரது எண்ணத்தின் கூச்சல், கூரையின் மீது பெய்த மழையின் சப்தத்தில் வேறு யாருக்கும் கேட்கவில்லை!

'யாரோ முன்பின் தெரியாத மனிதர்கள் எதையும் எதிர் பார்க்காமல் எதற்காக இப்படி தங்களை அர்ப்பணித்துக் கொள்கிறார்கள்? இந்த கணத்தில் அவர்கள் நடமாடும்

தெய்வங்கள் என்கிறபடியால், உயிர்போகும் நிலையிலும் தாங்கள் காலம் தவறாமல் செய்துவந்த வழிபாடுகளை கூட செய்யாமல் இப்படி சக மனிதர்களை காத்து இரட்சிக்கிறார்களோ?' அவரது முகத்தில் என்றுமில்லாத ஒரு தேஜஸ்!

'சார், அம்மாவுக்கு ஃபோன் பண்ணுங்க. அவங்க வந்து அழைச்சிட்டு போய்டுவாங்க. தண்ணி வடிஞ்சதும் நான் வீட்டை சுத்தம் செஞ்சுட்டு சொல்றேன்' என்றான் ராஜா.

'தேவையில்லை. நானும் இங்கேதான் இருக்கப் போகிறேன்' என்றார் டாக்டர்.

இந்த முறை அவனுக்கு வேலை வைக்காமல், அவரே வரிசையில் நின்று தனக்கான உணவை வாங்கிக்கொண்டார். அப்பகுதிவாசிகளுக்கு சங்கோஜமாகவும் இருந்தது.

கோட் உலர்ந்து விட்டது. மாட்டிக்கொண்டார். அந்த முகாமில் இருந்த மனிதர்களுக்கு சிகிச்சை அளிக்கவும் தொடங்கினார்!

தண்ணீர் வடிந்தது! சகஜ நிலைக்குத் திரும்பியது!

டாக்டரின் சிகிச்சைக்காக அந்த மக்கள் அவரை புகழ்ந்து தள்ளினார்கள்! மழை அவருக்கு கொடுத்த சிகிச்சையை விடவா!

அவர்கள் இருவரும், முகாமிலிருந்து அனுப்பிய காரில் வீடு சென்றார்கள்.

கார் கதவை தானே திறந்துகொண்டு இறங்கினார் ஸ்ரீநிவாஸ்! அது அவனுக்கு ஒரு குற்ற உணர்ச்சியைத் தோற்றுவித்தது! முண்டியடித்துக் கொண்டு வீட்டுக் கதவை யாவது திறக்கலாம் என்று அவரின் மீது இடித்துக்கொண்டு ஓடினான்.

'நான்சென்ஸ்' என்று சொல்ல வந்த வார்த்தையை அவர் சொல்லவில்லை!

★ ★ ★

குருவார்ப்பணம்

அந்தப் பகுதியில் வர வர ஜன நடமாட்டம் கூடிக் கொண்டே போனது. அவ்வூரில் முக்தியடைந்த சுவாமியடிகளின் நினைவை அனுஷ்டிக்க அந்த கூட்டம். பிங்க் நிற புடவையோடு மேட்சிங் பிளவுஸ் என்கிற குழப்படிகள் எல்லாம் இல்லாதபடிக்கு ஊதா நிற ரவிக்கை அணிந்த பெண்களும், அதே கலர் காம்பினேஷனில் ஆண்களும் ஆசிரம சீருடையில் கூட... அந்த இடத்திற்கு ஒரு திருவிழாவிற்கான நிறமேறிக் கொண்டது.

அறுகோண வடிவம் தாங்கிய ஊதா நிறக் கொடியை தாங்கி கூட்டம் நடந்தபடி இருந்தது. கொடியில் உள்ள அறுகோணத்தின் ஒவ்வொரு கோணத்திற்கும் ஒரு முழு பிரசங்கம் செய்யும் அளவிற்கு சூட்சம விளக்கம் வேறு இருந்தது.

அந்த அறுகோண வாழ்க்கைத் தத்துவத்தை உள்நாட்டில் மட்டுமல்ல வெளிநாட்டில் உள்ளவர்களும் இன்னும் புரிந்துகொள்ள வில்லை என்பதை பறைசாற்றும் விதமாக சில கடல் தாண்டிய முகங்களும் அந்த கூட்டத்தில் அடக்கம்.

ஆரவாரம், ஆசிரம கதவுகளுக்கு வெளியே நின்று கொண்டபடியால், வளாகத்தினுள் அமைதி குடிகொண்டிருந்தது.

'சர்வம் குருவார்ப்பணம்!' என்று ஏகாந்தம் நிஷ்டையை கலைத்ததற்கும், அவர்கள் அவரது கால்களை தழுவியதற்கும் சரியாக இருந்தது.

ஏகாந்தம் பதறிப்போய் தனது குருதேவரின் ஜீவசமாதிக்கு பின்னே போய், கூனிக்குறுகியபடி நின்றுகொண்டார்.

'என்ன இதெல்லாம்! எப்பேர்ப்பட்ட அபச்சாரம். அதுவும் குருதேவரின் முன்னாடியே..' அவருக்கு பேச்சு வரவில்லை.

'இதுல என்ன தப்பு ஐயா இருக்கு. நீங்க குருசாமிக்கு ரொம்ப நெருங்கின சீடர். அதுலேயும் நீங்கன்னா அவருக்கு ஒரு படி உசத்திதான். நீங்கதான எங்களுக்கு இப்ப அவரா இருந்து காரியத்த நடத்தனும்' சொன்னபடியே குடும்ப சகிதமாக எழுந்துகொண்டார் நவநீதம்.

நவநீதத்திற்கு ஏகாந்தமிடத்து ஐந்தாறு ஆண்டு கால பரிச்சயம். குருதேவர் சமாதியாகிவிட்ட இந்த ஓராண்டு காலத்தில், குருவின் மீதிருந்த, அவரிடம் நெருங்கி காட்டமுடியாத வேட்கையை அவரின் வழியே தணித்துக்கொண்டார் என்பதுதான் பொருந்தும்.

தலைமை பீடாதிபதியான குருதேவரோடு ஏகாந்தம் நெருங்கியிருந்த பொழுதுகளில் அவரது உடலிலே இருந்த அந்த குழைவும், வார்த்தைகளில் பொதிந்திருந்த மௌனமும் அவரின்பால் நவநீதத்திற்கு மரியாதையை கூட்டிக்கொண்டு வந்து நிறுத்தியது. இன்றும் கூட அவர் குருதேவரைப் பற்றி பேசுகையில் அதே பணிவு வந்து சேர்ந்து கொள்வதைக் காண, அவருக்கு பிடிப்பு ஏற்படாமல் இருக்க என்ன நியதி.

'குருதேவரின் இடத்தை யாரால் இட்டு நிரப்ப முடியும்! அவரது கால் தூசிக்கு யார் சமானம் ஆகிவிட முடியும். எத்தனைப் பேர் வந்து குருபோல தங்களை பாவித்துக் கொண்டாலும், அது அவர்கள் வாய் திறந்துவிட்டால் அப்படியில்லை என்பதை அப்பட்டமாய் காட்டிக் கொடுத்துவிடும். இது அவரின் நிழல் போலவே இருந்த எனக்குத் தெரியாதா, குருதேவர் யார் யாரை எந்தெந்த இடத்திலே வைத்திருந்தார் என்பதெல்லாம்!' கண்ணை மூடிக்கொண்டு வார்த்தைகளை கசிய விட்டார் ஏகாந்தம்.

ஏகாந்தத்தின் உடல் அசைவும், கைகளை கொண்டு அவர் செய்த அடவுகளும் நவநீதத்திற்கு குருதேவரை நினை

ஹூட்டியது. மீண்டும் அவரது கால்களை பற்றிக்கொள்ள வேண்டும்போலவும் இருந்தது.

குருபீடத்தின் அருளாசியினாலேயே நவநீதத்தின் மனைவி இன்றைக்கு அவரது சுக துக்கங்களிலே பங்கெடுத்துக் கொண்டிருக்கிறாள். அது இந்த ஏகாந்தத்தின் கருணையினால் தானே.

'அப்படி எளிமையா சொல்லி நீங்க வேணும்னா தட்டிக் கழிக்கலாம். எங்களுக்கு நீங்கதான் வழிகாட்டியா இருக்கணும்.' நவநீதத்தின் உடல் கடைந்தெடுத்த சிஷ்யகோடியின் பவ்யத்திற்கு உதாரணமாய் நெகிழ்ந்திருந்தது.

'அந்த மகான் ஜீவமுக்தி அடைந்து இன்றோடு ஒரு வருட காலமாகிவிட்டது. அவர் நம்மை விட்டு எங்கேயும் விலகவில்லை, சரியான நேரத்தில் காப்பாற்றி கரைசேர்த்து விடுவார். இந்த சமாதியின் முன்னே நிற்பதற்கே நாம் புண்ணியம் செய்திருக்க வேண்டும்; அதற்கு ஒரு தகுதியும் வேண்டும். குருவருள் இல்லாமல் இந்த மண்ணைக் கூட நாம் மிதிக்க முடியாது. குருதேவரை வணங்கினால் போதுமானது. அவரது கருணாவிலாசத்திற்கு முன்னே அற்பன் நான் எங்கே?' கண்கள் சொருகி லயித்து நின்றார்.

பின்... ஏதும் பேசாமல் அந்த இடத்தை விட்டு விலகிச்சென்ற அவரையே வெறித்துக் கொண்டிருந்தார் நவநீதம். அவரது நினைவு ஏகாந்தத்துடனான பழைய நிகழ்வுகளுக்கு இட்டுச்சென்றது.

'குருசாமி ஜீவ சமாதி அடைந்த அன்று, அவரது முகம் அவ்வளவு அமைதி தோய்ந்து இருந்ததில் தான் எத்தனை பிரகாசம்! அவரது பக்குவம் அடைந்துவிட்டத் தன்மையே அவரை அவ்வாறு இருக்க வைத்தது. அவ்வளவு வாஞ்சையுள்ள இடத்தில் வேறு யாராக இருந்தாலும் அந்நேரம் அழுது புரண்டிருப்பார்கள். ஏன் அவரது தங்கை கூட குருதேவரின் பிரிவு தாள மாட்டாமல் உயிரை மாய்த்துக் கொள்ளவில்லையா!'

'அதுவும் சாமியடிகளின் முக்திக்குப் பின் அவரை சந்தித்தப் பொழுதுகளில், குருசாமியைப் பற்றி என்னமாய்

கசிந்து உருகினார். அவர் தன்னை சிறியோனாய் குறுக்கிக்கொள்ள முயற்சிக்கும் தருணங்களில் எல்லாம் அவரது மீதான எனது மரியாதை தன்னை சற்று உயர்த்திக்கொள்ளவே செய்கிறது.'

தனிமையிலே அவர் சொல்லிய வார்த்தைகள் எல்லாம் நினைவுக்கு வந்து சுவைத்தன.

'குருதேவரின் அனுக்கிரகம் இல்லாமல் நிஷ்டையிலே உட்கார்ந்துவிட... அவ்வளவு ஏன் அவரை நினைக்ககூட முடியுமா? அதுவும் ஆக்ஞா கமலத்திலே அதாவது நெற்றிப் பொட்டிலே அவர் தோன்றி விடுவாரேயானால் வேறு என்ன பேறு கிடைக்கப் பெற வேண்டிக் கிடக்கிறது. அந்த வகையில் நீங்கள் குருதேவரின் முழு ஆசி பெற்றவர் தான்...'

'இந்த நயவஞ்சக மனிதர்களைப் பார்க்கவோ அவர்களிடத்து முகம் கொடுத்துப் பேசவோ எனக்கு வெறுப்பாக இருக்கிறது. குருதேவர் என்னை எதற்காக இந்த பாழாய் போன உலகிலே விட்டு வைத்திருக்கிறார் என்று என்னால் விளங்கிக்கொள்ளவே முடியவில்லை. இன்னும் என்னென்ன அனுபவிக்க என்னை விட்டுச் சென்றாரோ தெரியவில்லை!'

'அனுதினமும் அவரை நினைக்காமல் வேறு என்ன வேண்டிக்கிடக்கிறது. என்னோடு கூட இருந்த மற்ற நெருங்கிய சீடர்களெல்லாம், தங்களையே குருதேவராக பாவித்துக்கொள்கிறார்கள்! அவர்களின் அறியாமையை என்னவென்று சொல்வது. நெருங்கிப் பழகிய எனக்கு குருதேவரின் ஆக்ஞை என்னவென்று தெரியாதா? இன்னும் சிறிது காலத்தில், அத்யந்த சீடனாகிய என்னை இந்த பாழ்பட்ட உலகத்திலிருந்து இட்டுச் செல்வதாக அந்தரங்கமாக என்னிடம் சொல்லியிருக்கிறாரே. அந்த பொழுதுக்காகத்தான் இந்த அறியாமையை எல்லாம் சகித்துக் கொண்டிருக்கிறேன்.'

'நவநீதம்! நீங்கள் என் மீது கொண்டுள்ள இந்த மரியாதை, குருதேவரின் மீது கொண்டுள்ள பக்தி உங்களை

விட்டுவிடாது. குருதேவர், என்னோடு உங்களையும் இட்டுச் சென்று இந்த பிறவித் தளைகளிலிருந்து விடுவித்து விடுவார்....'

ஏகாந்தம் முன்பு பேசிய வார்த்தைகள் காதுகளில் ரீங்காரமிட, சமாதியின் முன் கட்டிவைத்தது போல அமர்ந்திருந்தார் நவநீதம்.

ஏகாந்தம் - சாதுக்களுடனான சகவாசத்தினாலோ என்னவோ சாதுவான முகத்தோற்றம்! ஏகதேசம் ஐம்பது வயது என்பதை மறைக்க முயற்சிக்கும் உடல்வாகு, எப்படியாவது கேட்பவர்களை உன்னிப்பாக கவனிக்க வைக்க வேண்டிய ஹோதாவில் அதிர்வில்லாதப் பேச்சு, அவரது மெக்கானிக் ஷாப்பின் வரவு செலவுகளைப் பற்றி யோசித்துக் கொண்டிருக்கும் போது கூட, ஏதோ இந்த பிறவியின் கர்மாவை கூட்டிக் கழித்துக் கொண்டிருப்பது போன்றதொரு பாவனை.

சமாதியின் மேலிருந்த புகைப்படத்திலிருந்து குருதேவரின் புன்னகை அந்த இடம் முழுவதும் தவழ்ந்து கொண்டிருப்பது போலத் தோன்றியது அங்கு நின்றுகொண்டிருந்த ஏகாந்தத்திற்கு. அவரது அந்த வெறித்தப் பார்வையில் குருதேவரோடு மானசீகமாக உரையாடிக் கொண்டிருப்பது போலவே இருந்தது. அங்கு பறந்து கொண்டிருந்த ஊதா நிறக் கொடியும் அதை ஆமோதித்தது.

'இவர்களெல்லாம் நினைப்பது போல, நான் என்ன அவர் மீது அவ்வளவு குருபக்தி கொண்டவனா? அப்படி யென்றால் எனது தங்கை! குருதேவரின் பிரிவைத் தாளாது தன்னையே மாய்த்துக் கொண்டாளே!'

'அவளுக்கு இந்த வாழ்வின் சூட்சமம் புரிந்தது அவ்வளவுதான்! குருதேவர் கூட அவளது முடிவை ஏற்றுக் கொண்டிருக்க மாட்டரே. படியளந்து, தேவைகளைப் பூர்த்தி செய்து, காத்து ரட்சிப்பது பகவான் தொழில் என்றால், எங்களைப் பொறுத்தவரை சுவாமி பகவானின் அம்சம்தானே.'

'யாரும் அற்ற எங்களுக்கு ஒரு தந்தையின் ஸ்தானத்தில் இருந்து எல்லாம் செய்தவர் அவர்தான். அவரது உறவினர் பெண்ணான அந்த ஆசிரமத்திலே வளர்ந்தவளோடு எனக்கு வாழ்க்கையின் பிடிப்பை இறுக்கினார். தங்கையின் திருமணத்தைப் பற்றி கவலைப்பட வேண்டாம் பார்த்துக் கொள்கிறேன் என்று, எனக்காகவே அவர் வாழ்ந்தது போலவே இருந்ததே...'

'அப்போ... நான் புறப்படுறேன். வீட்டில் வந்து பார்க்கிறேன்...' கையெடுத்து கும்பிட்டபடியே குடும்ப சமேதராய் இடத்தை காலி செய்து கொடுத்தார் நவநீதம்.

'இறந்து போயிருந்தால் இந்நேரம் ஐந்தாறு வருடங் களாவது ஆகியிருக்கும். குருதேவரின் கருணைக்கு இவளே சாட்சி. பிழைத்தவளுக்குத் தான் தெரியும் உயிரின் மதிப்பு, குருவின் மதிப்பு, அப்பியாசத்திலே அப்படியொரு பிடிப்பு...' வரவழைத்துச் சிரித்தபடி வழியனுப்பினார்.

'சிறுவயது முதலே இந்த ஆசிரமத்தில் வளர்ந்திருந் தாலும் அப்பியாசம், குரு பக்தி என்பதெல்லாம் விருப்பப் பட்டியலில் இருப்பதில்லை என் மனைவிக்கு'

'அவள் பழகாவிட்டாலும் பரவாயில்லை, பண்ணு கிறவனையாவது விட்டு வைக்கலாம். மூச்சை சாதகம் பண்ணிக்கொண்டு நிஷ்டையில் உட்கார்ந்தால், அந்த கணத்திற்கு எதிர்பார்த்து காத்துக் கொண்டிருந்தது போல குக்கரை வைத்து விடுவாள். அதுவும் கர்ம சிரத்தையாக பிசாசு வேகத்தில் ரேசகம் பண்ணிக்கொண்டே இருக்கும். இந்த சந்தைக்கடை சூழலில் எப்படி அனுஷ்டானம் செய்து தொலைப்பது. அந்த குக்கரோடு சுவாசப் போட்டிப் போடுவதில் ஆன்மா குழைகிறதோ இல்லையோ சாதம் வெந்து குழைந்துவிடும்.'

கால் கடுத்தது போலிருக்க உட்கார்ந்து கொண்டார். குருதேவருக்கு பிடித்த பட்சணங்களும், சிறு குறு பொருட்களும் சம்பிரதாயம் கருதி சமாதியின் முன் குவிந்தன. புகைப்படத்துக்கும் மாலைகள் மாறியவண்ணம் இருந்தது. கண்களை மூடிக்கொண்டார்.

'இதோ இந்த கூட்டமும் கும்பிடுதலும் இந்த ஒரு நாளைக்குதான். அப்புறம் இந்த பூக்களை மொய்க்கும் கொசுக்கள் நீங்குவதற்கு முன்னே கூட்டம் கலைந்து விடுமே. குருதேவர் ஆசிரமத்தில் இருந்த தருணங்களில் தினமும் இப்படித்தானே திமிலோகப்படும் இந்த இடம். காலை, மாலை இரு வேளையும் அனுஷ்டானங்களும் இரவு நெருங்க நெருங்க ஆண்களுக்கும் பெண்களுக்கும் என குருதேவரின் பிரசங்கம் எப்படியெல்லாம் களைக் கட்டும்.'

'அந்த ஆங்காரம் இல்லாத அன்பு ஒழுகிய பேச்சைக் கேட்க கேட்க மெய்மறந்து பர உலகிலே சஞ்சாரிக்கத் தொடங்கினால், குருதேவர் முடிக்கும் போதுதானே மண்ணுக்கு பாரமாய் சரீரம் இருப்பதே தெரியும்.'

'அவர்தான் கடவுளின் பிரதிநிதி என்பதை அவரது செய்கையே வார்த்தைகளுக்கு முன்னமே நமக்கு உணரச் செய்து விடுமே! ஆண்களும் பெண்களும் பேதமின்றி குருதேவரின் தெய்வாம்சத்தை மனமார நினைத்து உருக, அந்த இடம் தெய்வ சன்னிதானத்திற்கான அந்தஸ்த்தைப் பெற்றுவிடும்!'

'இந்த கைகளினால் அவரை ஆலிங்கனம் செய்த வேளைகளில் ஒரு இனம் புரியாத சிலிர்ப்பை உடலிலேயும் மனதிலேயும் பலமுறை உணர்ந்திருக்கிறேனே! அதெல்லாம் தெய்வத்தை நேரடியாகத் தழுவியதைத் தவிர வேறென்ன! கடவுளின் ஸ்பரிசத்தை குருதேவரின் தீண்டுதலில் தானேப் பெறமுடியும்.'

அவரது கண்களில் - அந்த ஸ்பரிச மோட்சம் இனிக் கிடைக்கப்பெற வாய்ப்பில்லை என்று அவர் மனம் தகிக்க, ஏக்கம் உருகி கண்ணீராய் வழிந்தது.

'ஆனால் அந்த தெய்வாம்சம் குருதேவரின் உடலை விட்டு நீங்க நான்தானே காரணம்! நேரிடையாக இல்லை யென்றாலும் நான் தானே குற்றவாளி! குற்றவாளியாக, கொலை செய்யவேண்டியத் தேவையில்லை, தடுக்காமல் சும்மா பார்த்துக்கொண்டிருந்தாலே போதும்தானே!'

'குருதேவரைப் பற்றி நினைக்கும் போதெல்லாம் அந்த குற்றம் படிந்த எண்ணங்கள் சூழ்ந்துகொண்டு உள்ளுக் குள்ளே அந்தகாரத்தை கூட்டிவிடுகிறது. 'குரு நிந்தனை செய்த கொலைகாரப் பாவி!' என மனம் கூக்குரல் போட்டு குதறி எடுக்கிறதே!'

'எண்ணத்தின் கூச்சலும், கூப்பாடுகளும் ஓயும் புள்ளியில் ஏற்படும் அமைதியை சகித்துக்கொள்ள முடிவதில்லை! அந்த சவக்களையை, அமைதி குடிகொண்டுவிட்ட முகம் என மற்றவர்கள் கொண்டால் நான் என்ன செய்ய...!'

'தடுக்க நினைத்திருந்தால் மட்டும் நான் என்ன செய்திருக்க முடியும்? கொலைகாரப் பாவிகள் தெரிந்தவர்கள் தானே! குருதேவரை அவர்களது வீட்டுப் பெண்கள் தெய்வமாய் உணர்ந்து ஆராதித்ததை அந்த அஞ்ஞான வாசிகளால் புரிந்துகொள்ள முடியவில்லை. மேலும் ஆத்மார்த்தமாக அர்ப்பணித்துக் கொண்டவர்களை தடுக்கவும் திராணி யில்லை. நான் என் தங்கை விஷயத்தில், அந்த மகோன்னதத்தை உணர்ந்து சும்மா இருக்க வில்லையா!'

'அதுவும் மிக நெருங்கியிருந்த அவர்களுக்கே அது விளங்கவில்லையே! அந்த பெண்கள் ஆசிரமம் வர ஆரம்பித்த பிறகுதான் இல்லறக் கடமைகளை கண்டு கொள்வதில்லையாம். அந்த புறக்கணிப்பை அவர்களால் தாங்கிக்கொள்ள முடியவில்லையாம். அதிலும் அந்த பாதகத்திற்கு சூத்திரதாரியாக இருந்தானே அந்தப் பாவி, அவனது மனைவியின் நிராகரிப்பால் அவர்களிடத்து இருக்கவேண்டிய அந்தரங்கம் இல்லாமல் போகிறதாக ஆக்ரோஷமாக என்னைக் கூட அடிக்க வந்தானே! பழிவாங்கும் உணர்ச்சி அவன் கண்களில் வழிந்ததே!'

'மூடன்! அந்த பெண்கள் மகா உன்னதத்தை அடைய முற்பட்டவர்கள் அல்லவா! சதா சர்வ காலமும் சுவாமிகளின் திருத்தொண்டிலேயே காலம் கழிக்காமல் வேறு என்ன செய்யமுடியும்.'

'குருதேவரின் நிழல் போல இருந்ததாலோ என்னவோ, இந்த மாபாவத்திற்கு என்னைத் தானே துணையாக

இழுத்தனர். நான் ஒருபோதும் மாட்டேன் என்று சொன்னேனே ஒழிய, இதை தடுக்காமலும், யாரிடமும் கசிய விடாமலும் அமைதி காத்தேனே!'

'பாவிகள் அவரது கழுத்தினை இறுக்கி, கண நேரத்தில் குருதேவரின் பிராணனை அவரிடமிருந்து பிரித்து விட்டார்கள்!'

'நானும் கூட அந்த சம்பவத்தை சந்தேகிக்க இடமில்லாமல், குருதேவர் முதல் நாள் என்னிடம் தனது ஜீவ முக்தியைப் பற்றி சொல்லியதாக கூறினேனே.'

'உண்மையில் நான் குரு விசுவாசம் நிறைந்தவன் தானா? என் தங்கையின் நடவடிக்கைகள் என்னையறியாமல் என்னை பாதித்திருந்ததா? ஒரு தமையனாக அதற்கு பழிவாங்க, இவர்களை பயன்படுத்திக் கொண்டு விட்டேனா!'

சாரைசாரையாக கண்களில் நீர் கோர்த்துக்கொண்டு வழிந்தது.

கண்களை விழித்து, குருதேவரின் புகைப்படத்தை நோக்க கண்கள் கூசின! அதற்கு புற வெளிச்சம் மட்டுமே காரணமாகத் தோன்றவில்லை!

அந்த புகைப்படத்திற்கு விழுந்த மாலைகளைக் காண, நிறைய மனிதர்கள் வந்துபோய்விட்டதை உணர்த்தியது. கிடந்த மாலையில் ஒன்று குருதேவரின் கழுத்தினை இறுக்குவது போல கிடக்க, பதறி எழுந்தவர்... அந்த மாலையை உருவி கீழே எறிந்தார்!

'சர்வம் குருவார்ப்பணம்!' அவரையறியாமல் உதடுகள் சொல்லின!

★ ★ ★

கற்பிதம்

மாலை நேரத்தில் கிறீச்சிட்டு அடங்கியது பள்ளிக் கூடத்து மணி. இரண்டாம் சாமத்தில் இருந்த மாணவர்கள் கூட்டம் களேபரமாய் ஆர்ப்பரித்துக் கொண்டு வெளி யேறியது. இது வழக்கமான ஒன்றுதான்.

அது பன்னிரெண்டு வகுப்புகள் வரையுள்ள அரசுப்பள்ளி. சாங்கிய சம்பிரதாயங்களில் மற்ற அரசாங்கப் பள்ளிகளைப் போலத்தான்; விதிவிலக்கில்லை. மாநகர சந்தடியோடு கூட்டுறவு வைத்துக்கொண்டிருந்த சாலையில் அமைந் திருந்ததால், பள்ளிக்கூடத்தைச் சுற்றி அதற்கு சம்பந்தப் பட்ட வியாபாரத்திற்கு குறைவில்லைதான்.

'வண்டிய போட்டுகினு, ஒன்னிய இட்டுகினு போய் இட்டுகினு வர்ற சோக்கெல்லாம் எதிர்பார்த்தா, பேஜாராகி பூடும் பாத்துக்க...' என்கிறபடியான பொருளாதார புஷ்டியுள்ள பெற்றவர்களே அதிகம் என்பதால், மாணவக்கூட்டம் கடைகளை பராக்கு பார்த்தபடியே நிதானித்து வீடு போய் சேரும். அதனால் ஒன்றும் மோசமும் போனதில்லை.

ஜீவனத்திற்கே அல்லாடிய அந்த மாணவர்களை நம்பியே அந்த கடைகளும், பள்ளிக்கூடமும் ஜீவனை வளர்த்தது! பள்ளிக்கூட இடைவேளையில் சோபையுடன் காணப்படும் கடைவீதி, அவர்கள் அல்லாத நேரங்களில் அன்றைய விதிப்படியே வியாபாரம் நடத்தின.

ராஜாராம் பெட்டிக்கடையிலே ஒருவன். அந்த பெட்டிக் கடையை விட்டால் அவனுக்கு வேறு உறவில்லை. வியாபாரத்திற்கேற்ற வயதில்லைதான். வறுமை, இரண்டு வருடங்களுக்கு முன்பே பள்ளிக்கூடத்திலிருந்து பெட்டிக்

கடையில் கொண்டுவந்து நிறுத்தியிருந்தது. அது அவனை பாதித்ததாக சொல்லமுடியாது.

பெட்டிக்கடை முதலாளி மட்டுமே ஆதரவு. முதலாளிக்கு வேறு பொறுப்பு, அதனால் கடைக்கு அவன் பொறுப்பு. அநேகமாய் அவர் வருவதில்லை.

தொண்டை உடையும் பருவம்! கேளிக்கைகளிலே தீவிரம், வாய்ப்புகளும் அதிகம். பள்ளிக்கூட இடை வேளைகள், அவனது தேவைகளுக்கு உணக்கையாக நீவிக் கொடுத்தது போல இருந்தாலும், தீவிரமாய் வளர்த்தது.

அதுவும் அவனோடு படித்த சரளா தனது ஜமாவோடு வந்துவிட்டாள் என்றால், அவனது உடலிலே ஒரு மாற்றம். அவனை நிலைகொள்ளாது செய்துவிடும். முடிந்தவரை கண்களால் தொடருவான்; முடியாதபட்சத்தில் கடைக்கும் தனக்குமான பந்தத்தை தற்காலிகமாக அறுத்துக் கொள்வான்.

அவளும் அவனைப் பார்க்க நேர்ந்தால், பழைய சகவாசத்தில் சிரித்து வைப்பாள். அவன் எண்ணங்கள் லேசாகி, அந்த சிரிப்பிற்கு காரணங்களைக் கூட்டிக்கொண்டு மிதக்க ஆரம்பிக்கும். அப்பொழுதெல்லாம் அது, அவள் என்னவோ அவனுக்காகத்தான் வருவதாக அவனை நம்பவைத்துவிடும்.

அவள் மீதான தணியாத மோகம்; அவனை விட இரண்டு வகுப்புகள் படிப்பிலே அதிகம் என்கிற தாழ்வு மனப் பான்மை; தனது தற்போதைய பொருளாதார யோக்கி யதையை காட்டி, நிராகரித்து விடுவாளோ என்கிற தடுமாற்றம் என எல்லாம் ஒருங்கே சேர்ந்துகொண்டு அவனை அலைக்கழித்தது.

சதாநேரமும் அவளுடனான குடித்தன நினைப்பு அவனுக்கு ஒருவித போதையை அளித்தது. முடிவில் தாழ்வுமனப்பான்மை என்கிற இருளிலே அவனைத் தள்ளியது; அவனை அவளிடமிருந்து எக்காளமிட்டுக் கொண்டு பிரித்துப்பார்த்தது. அவனால் நினைவில் கூட அந்த பிரிவினைத் தாங்க இயலவில்லை.

அந்த பிரிவின் கோரம் நங்கூரமிட்டுக்கொண்டு ஆழ்மனதில் பதிந்தது. அந்த கோரம் அவளது அழகினை சகித்துக்கொள்ள மறுத்தது. அவளது அழகின் மீது ஒரு வெறுப்பினை கற்பிக்கத் தொடங்கியது.

ஒரு கட்டத்தில் மேற்படி காரணங்கள், நினைவில் நடத்திடும் அவளுடனான வாழ்க்கைக்கு தடையாய் அமைத்துவிடுமோ என்கிற மனப்போராட்டத்தின் முடிவில், அவனது ஈர்ப்பு அவளது உடல் வசீகரத்தில் வந்து விழுந்தது.

தேகத்தின் மீதான வேட்கைக்கு எதுவும் தடையில்லை எனக் கற்பிதம் கொண்டான்.

அன்றைக்கு அவன் எதிர் பார்த்தபடியே அவளும் சகத் தோழிகள் சூழ வருகிறாள். வழக்கமான புன்னகை வீசினாள். ஏதோ காரணம் கூறியபடி இனிப்புகள் வழங்கினான். அவர்களுடன் பேச்சை வளர்க்கும் தொனியில் ஏதோ பேசியபடியே இருந்தான்.

அவர்களுடைய சிரிப்புகள் நிறைந்த பேச்சுகளுக் கிடையே, அவள் சற்று கண் இருட்டுவது போல உணர்ந்தாள். அது அவன் எதிர்பார்த்ததுதான்.

காத்திருந்தவன் களத்தில் இறங்கினான். அவளை அக்கறையோடு அணுகினான். அவளும் கொஞ்சம் கொஞ்சமாய் சுயநினைவை இழப்பது போலத் தெரிந்தது. அவளது மயக்கத்தை தண்ணீர் கொண்டு விரட்ட இயலாததை அறிந்த அவளது தோழிகள் செய்வதறியாது தவித்தனர்.

அவர்களது உதவியோடு அவளை அந்த சாமான்கள் வைக்கும் கிடங்கிற்கு இட்டுச் சென்று, பலித்து விடக் கூடாது என்கிற தொனியில் முதலுதவிகள் செய்தான். தங்களால் ஒன்றும் செய்ய இயலாது என்கிற மனநிலைக்கு அனைவரையும் கொண்டு வந்தான்.

சக தோழிகளுக்கு சரளாவின் உடல் நிலையோடு, மாலை சிறப்பு வகுப்புக்கு நேரமாவதையும் நினைக்க கவலை தொற்றிக்கொண்டது.

'டாக்டர் வந்து பார்த்தால்தான் என்னவென்று தெரிந்து கொள்ள முடியும். நான் டாக்டரை கொண்டுவந்து பார்க்கிறேன். பயப்பட வேண்டாம்' என்ற படியே அவளின் மீது அக்கறைகொண்டு அணுகினான்.

முதலில் அவர்கள் தயங்கினாலும், அந்த குழம்பிய மன நிலையில்... அவன் மீது இருந்த நம்பிக்கையில் அவர்களுக்கு சந்தேகம் ஏதும் ஏற்படாமல் இருக்கவே, அவர்கள் சிறப்பு வகுப்பின் மீதிருந்த மரியாதை நிமித்த மாகச் சென்று விட்டனர்.

அந்த கிடங்கின் அரை இருள் அவளுக்கு மேலும் குழப்பத்தை விஸ்தரித்தது. சுற்றிலும் யாருமில்லை. அவள், தான் ஏன் அங்கு இருக்கிறோம் என அறிய முற்பட்டால் தலை பாரமாக இருப்பதுபோலத் தோன்றியது. உடல் களைப்பு இதுவரை அப்படி உணராதபடிக்கு இருந்தது.

உடலும் மனமும் அவளது கட்டுப்பாட்டை விட்டு, அவளது ஆடைகளைப் போலவே விலகி இருந்தது. அவளால் ஓரளவு யூகிக்க முடிந்தது.

மெல்ல எழுந்தவள் அங்கிருந்து தப்பிவிட வேண்டும் என்கிற முனைப்போடு கிடங்கை விட்டு வெளியேற, பயந்தபடியே முயற்சித்தாள். அவள் எதிர்பார்த்தபடிக்கு அவளைத் தடுப்பதற்கு அங்கு யாரும் இல்லை.

நேரம் ஆகிவிட்டிருந்ததை தெரு விளக்குகள் வரிசையாக நின்றுகொண்டு சில அடிகளுக்கு ஒருமுறை சொல்லின. மாணவ அடையாளங்களோடு அந்த தெருவில் யாரும் நடமாடவில்லை. வேறு ஏதும் நினைவுகளின்றி வீட்டை நோக்கி நடக்க ஆரம்பித்தாள்.

அவளது வீடு என்கிற ஹோதாவில் இருந்த காரை கட்டிடத்தினுள் ஒரே பரபரப்பு. பரபரப்பு கொள்ள அவளது தகப்பனையும் தாயையும் விட்டால் வேறு நாதியில்லை.

அவளது நிலைகண்டு அவளது தாய் அரற்றினாள். அவளது எதிர்காலம் என்கிற அந்த இருண்ட வெளியை நோக்க அவளுக்கு நெஞ்சை அழுத்திக்கொண்டு வந்தது.

அதோடு அந்த சோகத்தின் பிரகிருதி காரை வேலிகளுக்கு வெளியேப் போய்விடக்கூடாது என்கிற நிர்பந்தம் கடினமாய் இருந்தது.

அவளது தாய் எவ்வளவுதான் அடித்துக் கேட்டாலும், தலைமயிரை பிடித்து உலுக்கினாலும் சரளாவிற்கு கடைசியாக அவனது கடையில் இனிப்பு சாப்பிட்டதை தவிர வேறு எதுவும் இதுவரை விளங்கவில்லை. அவள் அமைதியாய் இருந்தாள். இருந்த களைப்பிற்கு கொஞ்சம் சூடாக டீ குடித்தால் தேவலாம் என்றிருந்தது. அவளது தாயைப் பார்த்ததும் கேட்பதற்கு பயமாகவும் இருந்தது.

அன்றிரவு அவளுக்கு உறக்கம் நன்றாகப் பிடித்தது. மற்ற இருவரும் உறங்கவில்லை, இனி அது வாய்க்கும் என்கிற நம்பிக்கையும் அவர்களுக்கில்லை.

சக தோழிகளில் ஒருத்தி, அவளது புத்தகப் பையை கொண்டு வந்த போதுதான், நேற்று விட்டு வந்ததில் புத்தகப் பையும் அடக்கம் எனப் புரிந்ததுஅவளுக்கு. பள்ளிக்குப் புறப்பட்டுவிட்டாள்.

தனது நிலையை உணர திராணியில்லாத அவளைக் காண, பெற்றவர்களுக்கு தாங்க மாட்டாமல் வந்தது. அது கோபமாய் மாறி, அந்நிலைக்கு காரணமாக இருந்தவனை கண்டு கொள்ள துடித்தனர். அந்தரங்கமான சிலரை அழைத்துக் கொண்டு பள்ளிக் கூடத்தை அணுகினர்.

பள்ளிக்கூட நிர்வாகத்தினருக்கு அதிர்ச்சியாய் இருந்தது. அதற்கு வேறு சில காரணங்களும் அடக்கம்.

முதற்கட்ட விசாரணையிலே அந்த இனிப்பு சாப்பிட்ட சம்பவம் வரை தெரிந்தது. பிற்பாடு கொடுக்க வேண்டிய இனிப்பை, அச்சாரமாக கொடுத்தது ராஜாராம் தான் என ஒரு முடிவுக்கு வந்தனர்.

‘டாக்டர் வந்து பார்க்கட்டும். பின் கிளாஸ் முடிந்ததும் அவளை வீட்டிற்கு அழைத்துச் செல்லலாம் என்றிருந்தோம்.’

'கிளாஸ் முடிந்து அவனிடம் கேட்டதற்கு... டாக்டர் பார்த்துவிட்டார். அவளது அப்பாவுடன் வீட்டிற்கு சென்று விட்டாள்...' என்று ராஜாராம் சொன்னதாக தோழிகள் கோரஸாக ஈனஸ்வரத்தில் தலைமையாசிரியரிடம் முனகினர்.

ராஜாராமை பிடித்து பதம் பார்த்ததில் முதலில் பிடிகொடுக்காமல் இருந்தவன், பிடிகளை இறுக்கியதும், மொத்தத்தில் யாருக்கும் சாந்தி கிட்டாத முகூர்த்தத்தை நிகழ்த்தியதை ஒப்புக்கொண்டான்.

சரளாவின் எதிர்காலம் என்கிற துருப்புச் சீட்டை வைத்து, இந்த விஷயத்தைப் பெரிதுபடுத்த வேண்டாம் என்று சமரசம் செய்தது பள்ளி நிர்வாகம்.

இப்பொழுது அந்த இடத்தில் பெட்டிக்கடை இருந்ததாக சொன்னால் யாரும் மறுப்பு சொல்லப் போவதில்லை. ராஜாராம் பற்றிய எந்த தகவலும் அந்த கடைதெருவில் வதந்தியாகக் கூட உலவவில்லை.

'நீ சிங்காரிச்சி பள்ளியோடம் போய் படிச்சி பாழானது போதும்.. சோற துன்னுட்டு ஊட்டோட கெட...' மூக்கைச் சிந்தி துடைத்து, காரைக்கட்டிடத்தை தற்காலிகமாக பளபளப்பாக்கினாள் அவளது தாய்.

'ஒரு தபா சோசியர் ஊட்டாண்ட போய் கண்டுகினு, ஜல்தியா சோலிய பாரு. விசயம் வெளிய தெரிஞ்சா பேஜாராகி பூடும். கெட்டளிஞ்ச சிறுக்கிய வச்சிகினு நம்மால காலம் தள்ள முடியாதுய்யா...' அவளது கணவனை துரத்தினாள்.

அவளது கற்பை பற்றி பெற்றவர்கள் பேசிய போது சரளாவிற்கு அடிவயிற்றை என்னமோ செய்தது.

கற்பு என்ற வஸ்தைப் பற்றி அவளுக்கு குழப்பம் பீடித்தது. 'கற்பு என்பது என்ன... அது எதனோடு சம்பந்தப் பட்டது...' தன்னையே கேட்டுக்கொண்டாள்.

'நானாக மனது விரும்பி அப்படி நான் நடந்து கொள்ள வில்லையே! அப்படியென்றால் மனதுக்கு சம்பந்தமில்லை.

எனது தாய்க்குக் கூட அப்பா இரண்டாவது புருஷன்தான். ஆனால் அவளை இதுநாள்வரை யாரும் அப்படிச் சொன்னதில்லையே.' குழம்பினாள்.

'ஏதோ அந்தந்த சூழலுக்கு தக்கபடி வசதியாக கற்பிக்கப்படுவது தானோ கற்பு!' அவளாக ஒரு முடிவுக்கு வந்தாள்.

'மத்த பயலுவ மாதிரி சும்மா ஊர சுத்திகினு திரியல எம்மவன். படிச்சி மெடிகல் ரெப்பா ஜோலியோட சுத்தறான். பன்னண்டு சவரனுக்கு கொறவா செய்யக் கூடாது. அப்புறம் சீர் செனத்தில எந்த கொறையும் இருக்கப்படாது. இருக்கிறத தலையில கட்டிட கூடாது, எல்லாம் புதுசா வாங்கி தரனும். இப்ப ஒத்துகினு அப்பால டபாய்க்க கூடாது' என்று அவளுக்கு வருங்கால மாமனாராகப் போகிறவர் காட்டமாக சொன்னார்.

கல்யாணம் முடிந்தால் போதும் என்கிற நிலையிலிருந்த அவர்களுக்கு ஒத்துக்கொள்வதைத் தவிர வேறு கதியில்லை. முடிவானது.

சரளாவிற்கு எப்பொழுதும் போல அப்பொழுதும் ஒன்றும் விளங்கவில்லை.

திருமண நாளன்று அந்த பகுதியே வண்ண விளக்குகளால் நிறம் ஏறியிருந்தது. பிளக்ஸ் போர்டுகள் சாக்கடைகள் தெரியாதவண்ணம் மறைத்திருந்தது. லேசாக காற்றடித்தாலும் பிளக்ஸ் போர்டை மீறி, சாக்கடை வாசம் எல்லோருக்கும் பாரபட்சமின்றி வீசியது.

மாப்பிள்ளை ஊர்வலம், இது எதையும் பொருட்படுத் தாமல் சாவகாசமாய் ஊர்ந்தது. மூச்சு வித்தைக்காரராக இருந்தால் கூட ரேசகம் பண்ணிக்கொண்டு கடந்து விடலாம். தினப்படி ஜீவனத்திற்கே குரங்கு வித்தை காட்ட வேண்டியவர்கள் என்ன செய்ய முடியும்.

சீர்வரிசை வைத்திருந்த இடத்தில் ஒரே களேபரம். அவளது மாமனார் கையில் தீச்சட்டி இல்லாத குறையாக தாண்டவம் ஆடிக்கொண்டிருந்தார்.

'போட்ட கண்டீசனுக்கு என்ன மருவாத இருக்கு... இப்பயே இப்படின்னா....' சீர் தட்டில் முடி சுற்றியபடி இருந்த சீப்பை கையில் வைத்துக்கொண்டு கத்தினார். யார் சமாதானம் சொல்லியும் அடங்குவதாகத் தெரியவில்லை.

ஏற்கனவே புழங்கிய சீப்பை சீராக வைத்துவிட்டதை அவரால் தாங்கிக்கொள்ள முடியவில்லை!

ஹிப்போகிரேட்டஸ் உறுதிமொழி

அன்றைக்கு பிரசன்னா ஃபெர்டிலிட்டி ஆஸ்பத்திரியில், அந்த சீசனிற்கான எட்டாவது பேட்ஜ் கர்ப்ப ஸ்திரீகளுக்கு டாக்டர் புவனாவின் கைங்கர்யத்திற்கான தேவையிருந்த படியால் கூட்டம் அதிகபடியாகப் புரண்டது.

அந்த ஆஸ்பத்திரியில் பிரம்மாவின் தொழிலுக்கு டாக்டர் புவனா, குமரேசன் தம்பதியர் சப்ஸ்டியூட்டாக இருப்பதாலோ என்னவோ அங்கே ஒரு தேவசந்நிதானத்திற்கான சாயல். டாக்டரின் கண நேர தரிசனத்திற்கு - ஜீவஅணுக்களின் லட்சணத்தை சொல்லும் ரிப்போர்டுகள், கர்ப்பகிரஹத்தின் அந்தரங்கமான சரிதையை சொல்லும் புகைப்படங்கள், எதிர்பார்ப்புகள், நிராசைகள் என சகலத்தையும் சுமந்தபடி முண்டியடிக்கும் கூட்டம்; சிறப்பு தரிசன நுழைவுச்சீட்டு வைத்திருப்பவர்போல அனாயாசமாக டாக்டரின் அறைக்குள் தடையின்றி நுழைந்து, காத்திருப் போரின் சகிப்புத்தன்மையை நாடி பிடித்துப் பார்க்கும் மெடிக்கல் ரெப்கள் என அன்றைக்கும் களேபரமாய் இயங்கியது அந்த பகுதி.

கர்ப்பகிரஹத்திற்கே உரித்தான அரை இருட்டு, நிசப்தம், வெளவால்களின் ரீங்காரம் போல அடக்கத்திற்கு இலக் கணமாக நர்சுகளின் பவ்வியமான பேச்சு; நோயாளிகளை சிறு சோதனைகள் செய்வதற்கான படுக்கை; ராஜதந்திரத்தை பறைசாற்றும் பின்பக்க வழி; மேசையின் மீது, புவனாவின் இதுவரையிலான சேவைகளுக்கு தார்மீக பொறுப்பேற்று

நிற்கும் கேடயங்கள்; சுவரில் தொங்கி சிரித்தபடி பிரம்மாவின் தோல்வியை அல்லது புவனாவின் வெற்றியை குறிக்கும், அந்த லேபில் பிறந்த குழந்தைகளின் சில படங்கள்; புவனாவிற்கு படித்து முடித்தபோது உத்வேகத்தை தந்த தன்னை நான்கு சட்டங்களுக்குள் லேமினேட் செய்து கொண்ட "ஹிப்போகிரேட்டஸ் உறுதிமொழி" என டாக்டர் புவனாவின் அறை ஒரு நவீன அந்தஸ்த்தோடு கூடியது.

துவார பாலகர்களின் தயவிருந்தால் தரிசனம் சில மணிகளில் கிட்டலாம். வள்ளியம்மைக்கு அந்த நம்பிக்கை தான். அவளது கணவன் ராஜன் அங்கு லேப் அசிஸ்டெண்ட்; அதனாலேயே தனக்கு சக்தி குறைவு என்பதை செலவில்லாமல் கண்டுகொண்டவன். டாக்டர் புவனா மற்றும் டெஸ்ட் டியூபின் உதவியோடு அவள் ஐந்தாவது மாதம்.

டாக்டர் ஃபீஸ் இல்லை என்பது சலுகை. ஆனால் மேற்படி செயற்கை சிருஷ்டிக்கு ஆன லட்சங்களை சம்பளத்தில் பிடித்துக்கொள்ள வேண்டியது; மருந்து மாத்திரைகளுக்கு சலுகை கிடையாது, சொந்தத்தில் பார்த்துக்கொள்ள வேண்டியது என்பது பேச்சு. பிறப்பதற்கே அவனை கடனாளியாக்கும் அந்த குழந்தை, பெற்ற கடனைத் தீர்க்கப்போகிறது என்பது அவர்களது திராணி நிறைந்த நம்பிக்கை. பண்ட பாத்திரங்கள், 'அடகு' என்கிற தாரக மந்திரத்தால் பிரம்மாஸ்திரமாக மாறி காத்து இரட்சித்து விடும் என்பது அவர்களது பழகிவிட்ட எதிர்பார்ப்பு. தர்ப்பை புல் மாறும்போது தாலிக்கொடி மாறாதா! எய்த பிரம்மாஸ்திரத்தை திரும்பியழைக்கும் மந்திரங்களை அறிந்திருக்க வேண்டிய கட்டாயமுமில்லை.

வாழ்க்கை என்கிற குதிரைப் பந்தயத்தில் பணமாகிய கடிவாளம்தான் வெற்றியின் சூட்சமம் என்கிற தாத்பர்யம் டாக்டர் தம்பதியருடையது.

டாக்டர் தம்பதியரின் சம்சார வாழ்க்கை லேப்-டெஸ்ட்டியூபின் உள்ளே அடங்கிக்கொண்டு விட்டது. சமீப காலங்களில், வீட்டினில் அவர்கள் சந்தித்துக் கொள்வதும் அருகிப்போய்விட்டது. பொதுவாக டாக்டர் குமரேசனுக்கு

சக்தி குறைவு; அது மருந்து மாத்திரைகளினால் தீர்க்கக் கூடியதும் அல்ல; அவருக்கு புவனாவிடத்து பேசும் சக்தி குறைவு.

அப்பொழுது அன்றைக்கான சுபமுகூர்த்த நேரம் என்பதனால், சில குழந்தைகளுக்கு அக்கணமே தொப்புள் கொடியை துண்டித்துக்கொள்ள வேண்டிய நிர்பந்தம் இருந்தது. ஜோதிடர்கள் குறித்துக் கொடுத்தபடி, ராசி அதிபதிகளை கட்டங்களுக்குள் அடைக்க புவனாவின் ஒத்தாசை இல்லாமல் முடியாது என்பதனால், அவர் பின்பக்க கதவின் வழியாக வெளியேறியிருந்தார்.

மூடிய டாக்டர் அறையின் கதவுகளையே வெறித்துக் கொண்டிருந்த வள்ளியம்மைக்கு நேரம் ஆக ஆக பசி வேறு சேர்ந்துகொண்டது. கொஞ்சம் தலைச் சுற்றலோடு வயிற்று வலியும் கோலோச்ச ஆரம்பித்தது. அவளால் உட்கார இயலவில்லை; கண்கள் எதிர்கால நினைவுகளை கூட்டி இருட்டிக்கொண்டு வந்தது; மயங்கினாள். அவள் சென்று பார்க்க வேண்டிய டாக்டர் புவனா, அவளை வந்து பார்க்கும்படி ஆனது. படுக்கையில் கிடந்தாள்.

□ □ □

அன்றைக்கு வழக்கத்திற்கு மாறாக டாக்டர் புவனா குதூகலமாக இருந்தாள். வெளி தேசத்தில் இருக்கும் அவளது மகனிடமிருந்து வந்த செய்தியே அதற்கு காரணம். அவள் டாக்டருக்கு முன்னே வீட்டிற்கு வந்து விட்டதோடு அவரை எதிர்பார்த்தும் காத்திருந்தாள். ஆச்சரியம் மேலிட குமாரசாமியும் வந்துவிட்டார்.

''என்ன பிரசன்னாவிடமிருந்து ஃபோன் தானே வந்துச்சு. அவனே வந்ததா நினைச்சு வீட்டுக்கு வந்துட்டியா!'' என்றபடியே அவளை அணுகினார்.

''எத்தனை வருஷத்து பிரார்த்தனை! எத்தனை காலத்து மனக்கஷ்டம். குழந்தை இல்லாம வர்ற எத்தனையோ பேருக்கு, குறைய தீக்குற நம்மால், நம்ம பிள்ளைக்கு ஒரு

வாரிச கொடுக்க முடியலையே அப்படிங்கிற வருத்தம் தான். எல்லாமே லேசா போன மாதிரியே இருக்கு.''

''அவனுக்கு கல்யாணமாகி இந்த ஆறு வருஷத்துல எத்தனையோ தடவை நீ கெஞ்சிப் பார்த்துட்டே, அவன் இங்க வந்தானா? வழக்கம்போல காதுல அவன் வாங்கல. நீயோ நானோ என்ன செஞ்சுட முடியும். அவன் சுபாவமே அப்படித்தான்.''

''காதுல வாங்குற மாதிரி இருந்தா அவன் ஏன் இப்படி வெளிநாட்டில் போய் கஷ்டப்படப் போறான். இங்க இல்லாத வசதியா. நாம ஓடி ஓடி யாருக்காக சம்பாதிக் கிறோம். எவ்வளவு செலவானாலும் டாக்டரா ஆகி நம்ம ஆஸ்பத்திரியிலேயே ராஜா மாதிரி இருக்கலாம்னு சொன்னத கேட்காம, கம்யூட்டர் தான் படிப்பேன்னு படிச்சான். சரி முடிச்சதும் இங்கேயே வேலைக்குப் போன்னு சொன்னதையும் கேட்கல. சான்பிரான்சிஸ்கோ போய் இதோ ஆறு வருஷம் ஆகப்போகுது, திரும்பிகூட பார்க்கல.'' கசங்கினாள்.

''இல்ல! எம்.பி.ஏ படிச்சுட்டு நம்ம ஆஸ்பத்திரியோட நிர்வாகத்த பார்த்துகிறத்தோட, எனக்கும் கணக்கு வழக்குல ஒத்தாசையா இருன்னு சொன்னதையும் அவன் கேட்கல. நமக்குப் பின்னாடி கூட அவன் செய்வான்னு எனக்குத் தோணல.'' அவருடைய கணக்கு கஷ்டத்தை நினைத்து புலம்பினார்.

''அவன் மேல எனக்கும் நம்பிக்கை வரலைதான். அவனுக்கு பிறக்கப்போகிற குழந்தையாவது இத பார்க்காதாங்கிற ஒரு நப்பாசைதான்.''

''எல்லாம் சரிதான். ஆனா இப்பக்கூட, உடனே இந்த நல்ல விஷயத்த நம்மகிட்ட சொல்லனுன்னு அவனுக்கு தோணலையே. இரண்டு மாதம் கழிச்சு இப்போதானே சொல்றான்.''

''சரிதான். அவனும் பேசல, அவளோடையும் கொஞ்ச நேரங்கூட பேச விடல. மேல வெந்நீர கொட்டிகிட்ட மாதிரி

அவசரப்படுறான். எப்படியோ நம்ம குடும்பத்துக்கு ஒரு வாரிசு கிடைச்சிடுச்சு. அது வந்த நேரம் நல்ல நேரமாதான் மனசுல படுது.''

''வர வர ஹேஷ்யத்துலேயும் தேறிட்ட மாதிரி படுது! அப்படி என்ன விஷயத்த வச்சு கண்டு பிடிச்ச?'' ஆச்சரியமாக கேட்டார்.

''நாம ஏ ஜி ஃபார்மா கம்பெனியோட வச்சுகிட்ட பார்ட்னர்ஷிப்க்கு இன்னைக்கு தான் பெரிய தொகைக்கான செக் வந்தது. எவ்வளவு பெரிய பிஸினெஸ்; மல்டி நேஷனல் கம்பெனி வேற. இது வரைக்கும் எந்த ஃபார்மா கம்பெனி நாற்பது பர்சன்ட் கமிஷன் கொடுத்திருக்கு. அவங்க மருந்த எழுதுறதால நமக்கு என்ன நஷ்டம் ஆகிடப் போகுது. இது ஒன்னு போதாதா அது ராசியான குழந்தை தான்னு தெரிஞ்சுக.''

''நல்ல கண்டுபிடிப்புதான்!'' என்றார்.

''நீங்க அந்த செக்க ஆடிட்டர் கிட்ட பேசி எப்படி பாதிப்பில்லாம பண்ணணுமோ பண்ணிடுங்க.''

''ம்ம்ம்! பேசாம ஸ்டெதஸ்கோப்புக்கு பதிலா காதில் பேனாவை சொருகிக்கலாம்'' அவருக்கு மட்டும் கேட்கும்படிக்கு முனகினார்.

இன்றைக்கு அவருக்கு சற்று அதிகமாக பேசும் வாய்ப்பு கிட்டியதை நினைத்து பெருமிதம் கொண்டார்.

▫ ▫ ▫

அந்த ஜெனரல் வார்டில், வள்ளியம்மை ஆஸ்பத்திரியில் ஏற்றிய அத்தனை குளுக்கோஸ் தண்ணீரையும், கண்ணீராக வெளியேற்றினாள்; அரற்றினாள். உயிர்வாழ ஒத்துழைக்க மறுத்தாள். ராஜனின் பாடு மோசமாகிப்போனது - ஒன்று அவள், இன்னொன்று அவள் வயிற்றில் சுமக்க வாங்கிய கடனை கடைசியில் அவன் தலையில் மட்டுமே சுமந்தது.

மூன்றாவது டிரைமெஸ்டர் ஆரம்பிக்கபோகும் இந்த கட்டத்தில் இப்படியாக சாத்தியமேயில்லை என்று டாக்டர்கள் வியந்து ஆராய்ச்சியில் இறங்கிய போதும்,

அவளால் வலி பொறுக்க முடியாத தன்மையில் இருந்த போதும், சிசுவை அவளது வயிற்றிலிருந்து உயிர் நோக அகற்றியதை நினைத்து இன்னும் உயிர் வளர்க்க வள்ளியம்மை விரும்பவில்லை.

மொத்தத்தில் எட்டாவது பேட்சில் இருந்த சில கர்ப்ப ஸ்திரீக்களுக்கும் இதே நிலைதான் என்று தெரியவந்த போது, அந்த பகுதியே திமிலோகப் பட்டது. ஆஸ்பத்திரி நிர்வாகிகள் இல்லாத இயல்பை முகத்தில் வைத்துக் கொண்டு பாதிக்கப்பட்டவர்களோடு பேசிக்கொண்டிருந் தார்கள்.

டாக்டர் புவனாவிற்கு என்ன நடக்கிறது என்பதை உணர்ந்துகொள்ள அவகாசம் அதிகம் இல்லாமல் போனது. மனதுக்குள் பதைபதைப்பு தொற்றிக்கொண்டாலும் அதனை வெளிக்காட்டிக் கொள்ளாது சமாளிக்க, முகம் சலனமில்லாமல் இருக்க முயன்றது. வெளி ஆட்கள் யாரிடமும் பேச அவள் விரும்பவில்லை; ஃபோன் கால்-களை முடமாக்கினாள். குமாரசாமியின் அரவணைப்பு கூட அவளுக்கு தேவைப் பட்டது!

வள்ளியையும் சேர்த்து இருபத்தைந்து வயிற்றையும் டி & இ செய்து கழுவ, இரவு, பகலென பார்க்காது சில நாட்கள் பிடித்தது. புவனா மன ரீதியாகவும் களைத்திருந்தாள்.

டாக்டர் புவனாவிற்கு எண்ணத்தில் ஏதோ பொறி தட்டுப்பட்டு, குறிப்பிட்ட அந்த மெடிக்கல் ரெப்பை கலந்தாலோசிக்க சில விஷயங்கள் அவளுக்கு புலப்பட்டது. அது அவளை கூடுதலாக இறுக்கமாக்கியது. மேலும் வெளியுலகத் தொடர்பைத் துண்டித்துக் கொண்டாள். அவளது செல்ஃபோன் அரவணைப்பிற்காக அழுது அழுது சக்தி குறைந்து தொண்டை வறண்டு கத்தலை நிறுத்திக் கொண்டுவிட்டது.

டாக்டர் புவனாவே ஆறுதல் சொன்னால் ஒருவேளை அவள் தேறலாம் என்று எண்ணம் கொண்டு வார்டிலேயே அவளுக்காக காத்திருந்தான் ராஜன். டாக்டர் தம்பதியர்

அவர்களை நோக்கி வரக் கண்டதும் வள்ளி வெடித்து அழுதாள். செய்வதறியாது அவனும் மௌனமாக நின்றான்.

"என்ன சொன்னாலும் கேட்கவே மாட்டேன்னு இருந்தா என்ன செய்ய முடியும் மேடம். இதுல என்னோட தப்பு எங்க இருக்கு? நீங்கதான் அவளுக்கு நாலு வார்த்தை உறைக்கிற மாதிரி சொல்லணும். அப்புறமாவது திருந்துறாளான்னு பாக்கணும்" கொட்டினான் ராஜன்.

புவனாவிற்கு தேள் கொட்டியது போல இருந்தது.

"என்னம்மா பண்றது. நாங்களும் மனுஷங்க தானே. எங்களால முடிஞ்சத பண்ணி பார்த்தோம். விதியை யாரால வெல்ல முடியும். உன் உடம்பை நீதான் பார்த்துக்கனும். உடம்பு இருந்தா இன்னும் எத்தனை குழந்தைகள் வேணும்னாலும் பெத்துக்கலாம். புரிஞ்சு நடந்துக்க. அவனையும் கஷ்டப்படுத்தாத. அவன் நல்லா இருந்து வேலைக்கு போனாதான் குடும்பம் நடத்த முடியும், புரிஞ்சி நடந்துக."

இன்னொரு குழந்தை என்ற போது, அவளுக்கு வயிறிலும் அவனுக்கு தலையிலும் சுரீரென வலித்தது. அவள் வெறுமையாக சிரித்தாள்; அவளது முகத்தை டாக்டர் புவனாவினால் ஏறிட்டு பார்க்க முடியவில்லை.

வார்டிலிருந்து வெளியே வந்தும் அந்த புலம்பல்களை டாக்டர் புவனாவினால் தனது மனதிலிருந்து அகற்ற முடியவில்லை. தனது அறையில் மௌனமாக தன்னை சுருட்டிக்கொண்டு விட்டாள். அவரவருக்கு அவரவரது கவலைகள் மட்டுமே. ஆனால் டாக்டர் புவனாவிற்கு எட்டாவது பேட்சில் இருபத்தைந்து கவலைகள். புவனாவிற்கு நினைவு கனத்தது.

அதை குமரேசன் அறிந்துகொண்டவராய் அவளது கவனம் கலைத்தார். அவருக்கு ஏதோ இனம் புரியாத கோபம் இருந்தது.

''அவளுக்கு விதின்னு சொல்லியாச்சு. அது வலிமை யானது தான். ஆனால் அந்த விதிய யார் எழுதுனது அப்படிங்கிறதுதான் முக்கியம்.''

''அப்படீன்னா நான் தான் எழுதினேன்னு சொல்லவர்றீங் களா?'' டாக்டர் புவனா அதிர்ச்சியாக கேட்டாள்.

''இல்லைன்னு சொல்லிடுவியா? வேணும்மா இப்படி சொல்லலாம். எழுத சொன்னாங்க, நீ எழுதுன.''

''நான் அதை தெரிஞ்சு செய்யலையே. அந்த ரெப் கிட்ட பேசின பின்னதானே ஒன்னு ஒன்னா தெரிய வருது.''

''உண்மைதான். ஆனால் அதனால பாதிப்பு உனக்கு இல்லையே. இதோ, பாதிக்கப்பட்டவங்க வள்ளி மாதிரி ஆளுங்கதானே. அவங்க நம்ம மேல வச்சிருக்கிற நம்பிக்கையில நாம என்ன சொன்னாலும் செய்ய தயாரா இருக்காங்க. அப்படிப்பட்டவங்களுக்கு நாம எவ்வளவு உண்மையா இருந்திருக்கணும், இருக்கணும்.''

''இப்படி மருந்து காம்பினேஷனை டெஸ்ட் பண்ணத்தான் இவ்வளவு கமிஷன் கொடுத்தாங்கன்னு எனக்கு மட்டும் முன்னமே தெரியுமா? அப்படியே இருந்தாலும் சின்ன பாதிப்பா இருக்கும், அதுமாதிரி நாம எத்தனையோ தடவை மாற்று மருந்து கொடுத்து சரி பண்ணியிருக்கோம். ஆனா இப்படி ஆகும்னு நான் நினைக்கலை.''

''சத்து மாத்திரைன்னு அவுங்க கொடுத்தப்ப நாம கேட்டிருக்கணும். அதுக்குதானே நாம படிச்சிருக்கோம். ரெப் சொல்றப்ப, காம்பினேஷனா, கமிஷனா அப்படின்னு வரும்போது கமிஷன்தான் ஜெயிக்குது. அதிகமா வைட்டமின்-இ கொடுத்தா, சிசுவிற்கு இதய பிரச்சன்னை வரும்ன்னு டாக்டரா நமக்கு தெரியாததா? தெரிந்தும் கேட்கலையே.''

''மல்டி நேஷனல் கம்பெனி, அதோட பல டாக்டர்களும் சிபாரிசு செஞ்சதாலதான் நானும் சரின்னு சொன்னேன். நம்ம துறைல இதெல்லாம் பார்த்தா முடியாது. நீங்க அந்த

கம்பெனிக்கு ரிப்போர்ட்ட அனுப்பிவைங்க. இருபத்தைந்து பர்சன்ட் டிபெஃட்ன்னு ஹைலைட் பண்ணுங்க. இதே கமிஷனோட, சரியான காம்பினேஷ னோட தர்ற மாதிரியிருந்தா, சப்ளைய தொடரலாம்ன்னு கண்டிப்பா சொல்லிடுங்க.'' என்றாள் தீர்க்கமாய்.

''சரி!'' அவருக்கு மீண்டும் டாக்டர் புவனாவை பார்த்ததும் கிறுகிறுவென்று வந்தது. அவளுக்கோ அடுத்த பேட்ஜ்க்கு நேரமாகிவிட்டது!

□ □ □

சான்பிரான்சிஸ்கோ வழக்கத்திற்கு மாறாக பரபரப்பாக இருந்தது. காட்டுதீயின் புகை மண்டலம் நகருக்குள் ஊடுருவி நமைச்சலை தந்தபடி இருந்தது. ஆனால் பிரசன்னா அந்த ஆஸ்பத்திரியில் சலனமற்று இருந்தான். அவனது மனைவியை எப்படி எதிர்கொள்ள போகிறோம் என்ற கவலை அவனுக்கு மனதை நிறைத்திருந்தது.

''டாக்டர் திட்டியபோது, என்னை நோக்கிய அவளது பார்வையை என்னால் இன்னும் ஜீரணிக்க முடிய வில்லையே. யாரை குற்றம் சொல்லுவது. எல்லாம் விதி.'' நினைத்தபடி குறுகினான்.

''இன்னும் இரண்டு மணி நேரத்தில் டிஸ்சார்ஜ் செய்துவிடலாம். டாக்டர் வரச்சொன்னார்.'' என்றாள் வெள்ளை கவுன் அணிந்திருந்த வெள்ளைத் தோல்காரி.

''குட் ஈவினிங் டாக்டர். இப்ப பேஷன்ட் எப்படி இருக்காங்க?'' என்றான் பயந்தபடி.

''ஷி இஸ் ஆல் ரைட். அபார்ட் பண்ணியதால் கொஞ்சம் கவனம் தேவை. ஆனா அவங்க எடுத்துகொண்ட மருந்தின் வீரியம் குறைய இன்னும் சில மாதங்கள் பிடிக்கும். அதுவரை கவனமாக இருக்க வேண்டும். இன்னொரு குழந்தைக்கு தற்போது பிளான் பண்ண வேண்டாம்.'' என்றார் தெளிவான ஆங்கிலத்தில்.

''நிச்சயமாக டாக்டர்.'' அவனும் தமிழ் கலக்காமல் ஆங்கிலத்தில் பேசினான்.

விழித்த அவளுக்கு, காட்டுத்தீ வயிற்றில் பற்றிக்கொண்டு எரிந்தது. "வைட்டமின் மாத்திரை என்று கண்ட மாத்திரையும் வாங்கி கொடுத்தியேடா பாவி" என்பது போல் பிரசன்னாவை பார்த்தாள்.

"இப்ப எப்படி இருக்கு? சாரி டா" என்று கண்ணீரை துடைத்துவிட்டான்.

"வீட்ல சொல்லிட்டிங்களா?" அவளுடைய துக்கம், ஆற்றாமை அவனை தாக்கிவிடக்கூடாது என்பதில் உறுதியாய் தன்னைக் கட்டுப்படுத்திக்கொண்டாள்.

"எத்தனையோ தடவ கால் பண்ணிட்டேன், ஆனா என்னோட பேச அவங்களுக்கு எங்க நேரம் இருக்க போகுது. ஆனா இப்ப எனக்கு சொல்லனுமான்னு தோனுது. அப்படியே பேசினாலும் என்னத்த சொல்ல. இப்படி ஆகும்ன்னு நான் நினைக்கல. இன்னைக்கு இருக்குற டெக்னாலஜியில இதெல்லாம் ஒரு பெரிய விஷயமே இல்ல. இன்டர்நெட்ல பிரவுஸ் பண்ணி பார்த்தே, டாக்டருங்களோட ஆலோசனைப்படி மருந்து மாத்திரை எடுத்துக்கலாம். இது தப்புன்னு என்னால இன்னும்கூட நம்ப முடியல. இன்டர்நெட்ல எல்லா ரிவீவ்வும் நல்லாத்தான் இருந்தது. சில டாக்டர்களும் அந்த ஏ ஜி கம்பெனியோட மாத்திரையைதான் சிபாரிசு செஞ்சிருந்தாங்க. அதனால்தான் நம்பி வாங்கிக்கொடுத்தேன். இப்படி நம்பவச்சு மோசம் பண்ணிட்டாங்களே. பாதிக்கப் பட்டவங்களுக்குதான் வலி தெரியும். இவங்களெல்லாம் நடுரோட்டில் நிக்க வைச்சுதான் சுடனும்." ஆவேசம் வந்தவன் போல் பேசினான்.

"இதுக்கும் நீங்க அவங்களுக்கு தெரியப்படுத்துறதுக்கும் என்ன இருக்கு?"

"சொல்லக்கூடாதுன்னு இல்ல. ஆனா நீ உண்டாகி யிருக்கிற விஷயத்த சொன்னப்பவே, நான் எதிர்பார்த்த மாதிரியே அவங்க அட்வைஸ் பண்ண ஆரம்பிச்சாங்களா இல்லையா? அதுக்கு விருப்பம் இல்லாமதான் சொல்றத அப்பவும் தள்ளிப்போட்டேன். ஆனாலும் கிடைச்ச அந்த

கொஞ்ச நேரத்திலேயும் எனக்கு ஒன்னுமே தெரியாது அப்படிங்கிற மனநிலையில்தான பேசுனாங்க. உண்டா இல்லையா! அதனாலதான் இப்பவும் யோசிக்கிறேன்''

''அதுக்காக சொல்லாம விட்டுட முடியுமா அவங்களுக்கும் இந்த கஷ்டம் இருக்காதா? துடிச்சு போய்டுவாங்க. எது எப்படியோ, இந்த குழந்தை மேல அவங்களுக்கு உரிமை இருக்கு, அவங்களுக்கு உடனே விஷயத்த சொல்லி யாகனும். உங்களோட கோபத்த காட்டவேண்டிய நேரம் இது இல்ல.''

''ஒருவேளை அவங்க கஷ்டப்படலாம்! அதுக்காக என்னால அவ்வளவு சாதாரணமா எதையும் எடுத்துக்க முடியாது; அதுவும் அவுங்க விஷயத்துல. இப்பக்கூட என்னோட பிடிவாதத்தாலதான் இந்த இழப்புன்னு அவங்க கொடி நாட்டத்தான் முயற்சி பண்ணுவாங்க. இதையே சாக்கா வச்சு நம்மள அங்கயே வந்துட சொல்லுவாங்க; அதுதான் நடக்கும். எனக்கு விவரம் தெரிஞ்ச நாளிலிருந்து அவங்களோட திணிப்பு ஆரம்பிச்சிடுச்சு. எனக்கும் அவங்களே யோசிச்சாங்க, நான் அதை நிறைவேத்தனும்ன்னு படுத்துனாங்க. அவங்க சொல்றத கேட்டிருந்தா இப்படி நான் இன்னைக்கு சுயமா இஷ்டப்படி வாழமுடியுமா? அங்கே லேபிலேயே என் வாழ்க்கை முடிஞ்சுபோயிருக்கும். எப்படியோ தப்பிச்சிட்டேன்.''

அவளுக்கு அவனது வார்த்தைகள் விநோதமாகப்பட்டது. வயிறில் எரிந்த தீயோடு அவனையும் சேர்த்து அணைத்துக் கொண்டாள். ''எனக்காக ஒரே ஒருதடவ மட்டும் முயற்சி பண்ணுங்க'' என்றாள்.

இப்பொழுது சான்பிரான்சிஸ்கோ மட்டுமே பரபரப்பாக இருந்தது.

□ □ □

புவனா அன்றைக்கு இப்படித்தானே ஆஸ்பத்திரி யிலிருந்து வீட்டை நோக்கி அவசரமாக ஓடிவந்தாள்! இன்றைக்கும் அப்படித்தான்! ஆனால் வீட்டைநோக்கிய

பாதை இப்படியா நீண்டுகொண்டே பழிவாங்கியது. சீக்கிரம் அடைந்தே தீரவேண்டும், ஆனால் நிலை கொள்ளாத எண்ணங்கள் காலத்தைவிட வேகமெடுத்து அவளை கூறுபோடுகிறது. அவளுக்கு அழவேண்டும்; பொதுவில் அழக்கூடாது என்று அவளை அடக்கிய தன்மானத்திற்கு, அதைக் கட்டுப்படுத்தும் திராணி இல்லை.

ஓட்டுனருக்கு கூட காத்திராமல் கார் கதவை திறந்து கொண்டு வீட்டினுள் தாழிட்டுக் கொண்டாள்! வாய்விட்டு கதறினாள்!

"இந்த பாவி எப்போது பேசினாலும், நல்லதாவே பேசுனது இல்லையே! இப்பவும் என்னோட ஆசை யெல்லாம் ஒன்னும் இல்லாம தரைமட்டமா பண்ணிட் டானே!" கௌரவம் கட்டிவைத்திருந்த அணையை உடைத்துக்கொண்டு வார்த்தைகள் வெளிப்பட்டன.

தனது சந்ததி அழிந்ததற்காக புலம்பினாள். அவள் கரைந்து, மார்பு வரை பெருக்கெடுத்த கண்ணீர் அவளுக்குள் புதைந்து கிடந்த தாய்மையை அப்பட்டமாக காண்பித்தது!

சில மணிகள் கழித்துதான் தரையினில் கிடக்கிறோம் என்ற பிரக்ஞை அவளுக்கு வந்தது.

"இதே இடம், ஆம் இதே இடம்தானே அன்றைக்கு அவள் உண்டாகியிருப்பதை சொல்லியபோது எவ்வளவு சந்தோஷமாக இருந்தது. அப்போது அதற்கு மௌனமாக நின்று, இன்று அதற்காக பழிவாங்கும் விதமாக மௌனமாகி நிற்பது போல பாவிக்கிறதோ! அந்த கொண்டாட்டத் திற்கும், இந்த சோகமயத்திற்கும் மையத்தில் சாட்சியாய் நின்று என்னை அற்பம் என்று சொல்லாமல் சொல்கிறதோ!" என்று கூட அவளுக்கு தோன்றியது.

அவளது நினைவு கொஞ்ச நாட்களுக்கு முன் இதே இடத்தில் நிகழ்ந்த சந்தோஷமான தருணங்களை அசைபோடத் தொடங்கியது. இந்த விரக்தியின் உச்சகட்ட மனத்திற்கு, அந்த சந்தோஷத்தின் எச்சம் தேவைப்படத் தான் செய்தது.

அன்றைக்கு சிரித்த கெக்கலிப்பு எதிரொலித்து கேட்ட போதுதான், அவள் கனவுகள் சிதைந்து தரையில் கிடப்பது மீண்டும் நினைவுக்கு வந்தது.

இந்த நினைவுகளில் தட்டுப்பட்ட ஏதோ ஒன்று தூண்டில் முள்ளாய் மாட்டிக்கொண்டு அவளது நெஞ்சை அறுத்தது! "என்ன அது!" துழாவினாள்; சிக்க மறுத்தது. அவளை நிலைகொள்ளாமல் படுத்தியது. அவளது எண்ணக் குமுறலில் அவள் தேடியது கரை ஒதுங்கிவிட்டது.

"ஏ ஜி ஃபார்மா கம்பெனி!" தூண்டிலுக்கும் முள்ளுக்கு மான உறவு அறுந்தது. அவள் சற்று ஆசுவாசப்படுத்திக் கொண்டாள்.

"பாவி! எப்பேர்ப்பட்ட பாதகம். காசின் மீது ஏற்பட்ட மோகம்! அந்த பாவி மட்டும்தானா, நானும்தான்." வறண்ட வார்த்தைகள் தீர்க்கமாய் வெளிவந்தன.

"கண் கெட்ட பிறகு என்றாலும் இந்த சூரிய நமஸ்காரம் தேவைதான். இனிமேல் யாருக்கும் கண் கெடாமல் இருக்க வேண்டியாவது!" தரையிலிருந்து எழுந்தவள் ஆஸ்பத்திரியை நோக்கி புறப்பட்டுவிட்டாள்.

ஆஸ்பத்திரி வரை ஆவேசம் வந்தவளாய் சென்றவள், தனது அறைக்குள் காலடி எடுத்துவைக்க கூச்சப்பட்டாள். தனது இருக்கையில் அமர்ந்தபடி பார்வை வெறித்தாள்.

தன்னால் இந்த மருத்துவ மோசடியைத் தடுக்க முடியாது என்பது அவளுக்கு ஒருவித அயற்சியைத் தந்தது. அந்த மருந்தைப் பற்றிய விவரம் அவளுக்கு தெரியாதே ஒழிய, அந்த கம்பெனி ஆட்களின் அதிகார பலம் அவள் அறிந்தது! அவள் தடுக்க முனைந்தால் அவள் பலவற்றை இழக்க நேரிடும். யோசித்தாள். அவளை மீறி கண்ணீர் வழிந்தது.

"விஷ மருந்தை யார் கேட்டாலும் கொடுக்கமாட்டேன், அதை பரிந்துரைக்கவும் மாட்டேன். அதே போல் கருகலைப்பு சிகிச்சையை எந்த பெண்ணிற்கும் அளிக்கமாட்டேன். என் உயிரையும் என் கலையையும் தூய்மையோடும் பரிசுத்தத் தோடும் காப்பேன் என்றாயே பாவி..." என்ற அவளது

ஆரம்ப கால கொள்கைகளாய் இருந்த வார்த்தைகள், அப்பல்லோ மற்றும் அதன் வம்சாவழி கடவுள்களின் கடுமையான குரலில் எதிரொலிக்க அந்த ஹிப்போ கிரேட்டஸ் உறுதி மொழியின் வரிகள் பெரிதாகித் தெரிவது போலத் தோன்றியதை அவளால் கண்களில் நீர் கோர்த் திருப்பதால் தான் என புறக்கணித்துவிட முடியவில்லை.

டிஃபெக்ட் சாம்பிளாக ஏ ஜி கம்பெனிக்கு போகவிருத்த குழந்தைகள், ஸ்பெசிமனிலிருந்து அப்பல்லோவின் வார்த்தைகளை திரும்பத்திரும்ப மழலை மொழியில் சொல்வதுபோல இருந்தது அவளுக்கு. அந்த குரலின் சுருதி கூடிக்கொண்டே போனதோடு, அறையின் இருள் அதிகமாகிக்கொண்டே போவது போல இருந்தது. காதினை பொத்திக்கொண்டாள்.

கொடுத்த மருந்தில் குறைபாடு இருந்தபடியால், தனது நிர்வாகம் நோயாளிகளின் நம்பிக்கைக்கு ஏற்றாற்போல் செயல்பட இயலவில்லை என்றும் மேலும் அவர்களோடு உள்ள உடன்படிக்கையை ரத்து செய்வதோடு, அவர்கள் இதுவரை அளித்த கமிஷன் தொகையை திரும்பி அனுப்பு வதாகவும் டாக்டர் புவனாவே, தான் தன் கைப்பட ரிப்போர்ட் தயாரித்தாள்.

அவளுக்கு மனபாரம் குறைந்ததுபோல இருந்தது, அது முகத்தில் பிரகாசம் தோன்ற செய்தது. அந்த அறையும் மேலும் பிரகாசமாய் ஆனது. ஆம்! அவளை தேடிக்கொண்டு வந்த டாக்டர் குமரேசன், அறையின் விளக்கை போட்டார். காரணம் அது மட்டுமல்ல!

★ ★ ★